Ở Phía Đông Âm Phủ
(một phiên bản khác)

Ở Phía Đông Âm Phủ

(một phiên bản khác)

Truyện **Nguyễn Viện** (2025)

Tác giả giữ bản quyền

Tranh bìa: Phan Nguyên

Trình bày: Nguyễn Cát Uyển

nguyễn viện

Ở Phía Đông
ÂM PHỦ

(một phiên bản khác)

ở phía đông âm phủ
(Một phiên bản khác)

Ở nơi không bao giờ có mưa và thời tiết chỉ là khí sắc của ngọn lửa trên gương mặt thời gian, linh hồn con người trong suốt những ký ức của nó là một ngọn lửa không bao giờ tắt tự thiêu đốt và tồn tại bởi chính sự thiêu đốt ấy. Bởi là một ký ức và trong suốt, sự tồn tại của những linh hồn chồng lấn vào nhau và níu giữ nhau tạo nên hỏa ngục.

1.

Chân của ông minh gác lên đùi ông diệm. Họ nằm hút thuốc. Ông minh hút thuốc philip morris hân thưởng cuộc chiến thắng chống đế quốc xâm lược. Ông diệm hút bastos xanh sản xuất ở khánh hội, trầm tư về sự thất bại của chính nghĩa quốc gia.

Khuất sau bức tranh sơn mài "vườn xuân trung nam bắc" của họa sĩ trí, ông huệ ngồi đánh cờ tướng với ông ánh. Họ im lặng như cái chiều sâu của những gia phả đã tàn tạ. Nhưng hồi quang của hoàng bào mà họ đang mặc vẫn ánh lên cái lấp lánh của máu me đang chảy dưới ánh sáng ngọn lửa vĩnh cửu.

Cả sông gianh và sông bến hải nước đã cạn. Những đứa bé đi nhặt xương người về làm đồ lưu niệm bán cho du khách. Đặc biệt, những mảnh xương khắc hình trái tim rất được các chính trị gia khắp thế giới ưa chuộng. Họ dùng mảnh xương ấy để cầu cơ. Sự linh ứng mà theo họ, chỉ có thể tìm thấy miếng cơ như thế ở việt nam.

Ông minh mơ màng nói:

-Cả maotrạchđồng, stalin và mấy đời tổng thống mỹ đều bị tôi lừa.

Ông diệm bật người dậy, giọng nghi ngờ:

-Không, tôi nghĩ cụ mới bị chúng nó lừa.

Ông minh cười lớn:

-Cả thế giới đều nghĩ như cụ. Nhưng tôi là con kiến cắn mù mắt con voi. Chiến thắng là một bí mật của số phận. Cụ là con của chúa, cụ không bao giờ hiểu được sự khôn ngoan của satan. Và cụ cũng không bao giờ biết được sức mạnh của thù hận.

Ông diệm từ tốn:

-Tôi biết sự đè nén của thù hận trong lòng cụ từ khi cụ nhận biết thân thế mình. Tôi cũng biết cụ vay mượn và xiển dương thù hận của người khác để tăng cường sức mạnh bản thân như thế nào. Nhưng tôi không sử dụng thù hận bởi tôi không thù hận. Tôi là ý của chúa. Sự man dã là của thế gian. Tôi là người thua cuộc, nhưng tôi vẫn tin ngày chúa chiến thắng thế gian.

Ông minh thuận hòa:

-Đức tin có thể cứu rỗi ông, nhưng không cứu rỗi được dân tộc này.

Ông diệm xác tín:

-Chúa ban cho con người tự do và dùng tự do đó để thử thách con người.

Ông minh có lẽ hiểu điều đó hơn ông diệm, nhưng chỉ cười:

-Chúng ta đều là những kẻ độc tài, vì chúng ta biết tự do có nghĩa gì.

Ông diệm im lặng. Tay ông xoa nhẹ lên những vết sẹo dao đâm. Xin chúa tha thứ cho những kẻ không biết việc chúng làm. Điều gì khiến sự thù hận đến nỗi ông phải bị đâm hơn ba mươi nhát dao?

Ông minh ân cần:

-Vẫn còn đau à?

Ông diệm không trả lời.

Ông minh:

-Ngày cụ chết, tôi buồn. Ít nhiều, cái chết ấy cũng nằm trong kế hoạch của tôi. Một trả thù cho mặc cảm xuất thân yếu kém của tôi với cụ. Người mỹ hay đám tay sai của họ trong câu chuyện này chỉ là một chi tiết tệ hại mà tôi không nghĩ người mỹ có thể làm. Lẽ ra, họ phải tử tế hơn trong sự ra đi của cụ.

Ông diệm:

- Quả thật, rất khó quên. Một ký ức cay đắng.

Ông minh:

-Tôi cũng mắc một sai lầm như cụ.

Ông diệm:

-Chúng ta đều sai lầm khi tin vào sự trung thành.

Ông minh đốt điếu thuốc mới. Một nỗi cay đắng khác tràn qua mắt ông như cái ảm đạm hoang vu của chiều tà. Ông minh không bị phản bội, nhưng chính sự trung thành của các đồng chí ông đã treo ông lên thập giá của đấng cứu thế. Ông bị giết trên bàn thờ và sự sống của ông chỉ là một biểu tượng.

Ông minh:

-Tôi bị sập bẫy bởi chính cái ảo vọng thần thánh của mình.

Ông diệm:

-Phải, chúng ta đã đi một nước bài sai. Sự suy tôn hủy diệt chúng ta.

Ông minh:

-Dẫu sao thì cũng nhờ cái chết của cụ mà chúng tôi chiến thắng.

Ông diệm:

-Cớ sự đều do cụ cả. Người mỹ ngây thơ và cả những kẻ chống đối tôi cũng ngây thơ.

Ông minh:

-Thì tôi cũng thế thôi. Cụ nhìn xem, đám hậu bối của chúng ta đang làm gì. Chúng ta quá tin vào con người.

Ông diệm:

-Cụ cũng tin vào con người sao?

Ông minh:

-Đôi khi người ta cũng không tránh được yếu đuối.

Ông diệm:

-Sa ngã là một thuộc tính của con người. Nhưng đấy cũng là một trạng thái có thể đưa con người đến gần thượng đế nhất.

Ông minh:

-Thời tôi còn lang thang ở paris, chắc cụ còn nhớ cục gạch mà tôi vẫn ôm hằng đêm, khi ấy cụ đã hỏi tôi, sao không kiếm một cô để ôm lại đi ôm cục gạch? Tôi đã nói với cụ thế nào cụ còn nhớ không?

Ông diệm:

-Sao tôi quên được. Cụ đã diễn ngay từ hồi đó.

Ông minh cười nhạt:

-Sẽ không ai tin. Nhưng chính đó là cục gạch trong bếp của mẹ tôi. Đi bất cứ đâu, tôi cũng bỏ vào túi xách mang theo. Đấy là quê hương.

Ông diệm:

-Khi nằm trong âm phủ này, nhiều lúc tôi nghĩ, có thật chúng ta đã sống và chết vì quê hương không?

Ông minh cười lớn:

-Khổng tử có sống và chết vì quê hương không?

Ông diệm:

-Thế thì sứ mệnh của chúng ta là gì?

Ông minh trầm giọng, chắc nịch:

-Thực hiện sứ mệnh của mình.

Ông diệm:

-Ôi, ý chúa.

Ngọn lửa bừng lên ở góc ngã tư đường phan đình phùng và lê văn duyệt. Xác nhà sư như ngọn đuốc. Cả thành phố bùng cháy. Rồi cả thành phố xuống đường, họ mang theo ngọn lửa của nhà sư và họ đốt những lá cờ, đốt những khẩu hiệu. Và họ mở ra một thời kỳ mới của một tín ngưỡng vốn trầm lặng trở thành một phong trào. Một thần tượng mới xuất hiện và dẫn dắt chúng sanh đi tìm quyền lực.

Thần tượng ấy mang linh hồn của ông minh và được người mỹ bảo trợ. Vì thế, ngài ấy đi giữa hai làn đạn của chiến tranh mà không chết. Không chỉ đi tìm quyền lực, ngài ấy dẫn dắt chúng sanh vào sự hỗn loạn của quyền lực. Và quyền lực xâu xé họ giữa phong ba của thời đại.

Ông diệm bị giết. Ông minh thở phào nhẹ nhõm. Người mỹ rửa tay vô can như tổng trấn philatô xưa kia trong cái chết của chúa. Cục diện thay đổi, người mỹ tuyên chiến với ông minh bằng việc đổ hơn nửa triệu lính vào vùng đất oan nghiệt này và biến cuộc chiến tranh việt nam thành cuộc chiến của chính họ.

Cái chết của ông diệm cũng chôn vùi chính nghĩa của những người theo đuổi lý tưởng tự do.

Ông diệm hồi tưởng:

-Khi vua bảo đại bổ nhiệm tôi làm thủ tướng, tôi biết tình bạn giữa tôi với cụ coi như chấm dứt. Tình thế buộc chúng ta phải một mất một còn. Nhưng khi người mỹ muốn đưa quân vào việt nam và tìm cách lật đổ tôi, lúc ấy tôi thật sự muốn hòa giải với cụ. Rất tiếc, chúa muốn dân tộc này phải đổ máu.

Ông minh tỏ ra hối tiếc:

-Thật ra, chính tôi muốn cụ phải chết. Tôi không biết đấy có phải là khôn ngoan hay không. Nhưng tôi không tin người mỹ. Tôi cũng không tin người nga hay người tàu. Vì thế, tôi phải chủ động dẫn dắt chiến tranh.

Ông diệm nghẹn ngào:

-Có nhất thiết tôi phải chết không?

Ông minh xoay người ôm lấy ông diệm:

-Có, vì cụ quá giỏi. Tôi đã không dám tin một hủ nho như cụ lại có thể làm nên những kỳ tích đáng ngưỡng mộ như vậy chỉ trong một thời gian ngắn - một quốc gia với đầy đủ ý nghĩa của nó từ một vũng lầy, chướng khí và hoang dã.

Ông diệm thở dài.

Ông minh nói tiếp:

-Cũng giống như lý đông a. Ông ấy là một con người lớn lao. Một người có tư tưởng nhất trong số các đảng phái quốc gia. Một đối thủ đích thực. Vì thế, tôi phải giết ông ấy.

Ông diệm:

-Chúa đã để cho cain giết abel như một tiền lệ của lịch sử con người. Và con người sẽ mãi mãi giết nhau như một động lực của tồn tại. Làm thế nào thoát được cái oan nghiệt này?

Ông minh bóp vai ông diệm thì thầm:

-Cụ phải giết chúa. Như giuđa. Như philatô.

Ông diệm trầm lặng cúi xuống nhìn vào bên trong, ngọn lửa vĩnh cửu phừng phừng thiêu đốt ông. Ông cảm thấy ngạt thở. Những nhát dao oán thù tiếp tục đâm vào ông. Oằn người đau đớn, ông thét lên nỗi trầm thống từ vực sâu. Viên đạn kết liễu ông. Chúa đã lên trời. Ông gục xuống.

Mặt đất mọc lên cỏ gai. Bọn âm binh vũ trang bằng đầu lâu, chúng hò hét cách mạng và lùng sục vào mọi ngõ ngách. Bọn địa chủ bị chôn sống. Kẻ giàu có bị tịch thu tài sản và đuổi ra khỏi nhà. Giới tu sĩ và trí thức bị diễu cợt bởi những trò mê tín. Con người chạy xuống biển. Và biển dìm chết mọi khát vọng.

Tiếng ông minh âm vang như tiếng sóng.

Ông diệm:

-Lỗi tại tôi. Lỗi tại tôi mọi đàng.

Trong lòng chiếc xe tăng chật hẹp. Bên cạnh ông diệm, xác ông nhu máu vẫn chảy. Phía bên ngoài, một người em khác của ông diệm, hắclongcẩn cũng bị tòa án quân đội đảo chánh xử bắn. Ông cẩn muốn mở mắt nhìn cái chết của mình, nhưng những kẻ giết ông sợ hãi sự dũng cảm ấy, họ bịt mắt ông như thông lệ.

Trước đó, cha con ông khôi, anh cả của ông diệm cũng đã bị việt minh xử bắn vào mùa thu cách mạng.

Bốn anh em ông diệm và một người cháu đều bị giết bằng súng.

Ông minh:

-Máu của con người làm vẻ vang cho ý nghĩa sự sống.

Ông diệm:

-Không, máu của con người làm cho sự sống bị ô uế.

Ông minh:

-Máu của con người hiến tế cho sự vĩnh cửu của chân lý.

Ông diệm:

-Bởi cụ là cộng sản.

Ông minh:

-Thật ra, cộng sản không phải là một bản chất. Tôi là kẻ báo thù của số phận.

Ông diệm:

-Có phải vì cái lý lịch họ hồ bất minh của cụ không?

Ông minh:

-Trong lòng tôi lúc nào cũng sôi sục một ý chí báo thù. Cho tôi hay cha tôi. Cho dòng họ hồ hay họ nguyễn. Cho dân tộc này hay tham vọng của chính tôi. Tôi cũng không chắc nữa.

Ông diệm:

-Cộng sản đã làm hỏng cụ.

Ông minh:

-Cụ sẽ không bao giờ hiểu được tôi. Có thể chủ nghĩa nhân vị của cụ đã giúp cụ trở nên cao thượng hơn. Nhưng chủ nghĩa cộng sản chưa bao giờ làm tôi tha hóa. Mọi thứ chủ nghĩa đều là phương tiện. Chỉ có con người mới là chính nó.

Ông diệm:

-Đúng là sau ngần ấy việc cụ đã làm, tôi không hiểu được cái ác đã trở nên trong sạch như thế nào.

Ông minh:

-Cụ đã đọc bhagavad gita chưa?

Ông diệm:

-Chưa. Nhưng tôi tin vào lòng nhân từ của chúa. Tội lỗi được tha thứ và máu con người có thể trở nên lành thánh để hiến dâng.

Trận đánh cuối cùng ở xuân lộc. Khoảng 14 ngàn lính cộng hòa đối đầu với cuộc tấn công của 40 ngàn quân cộng sản khiến hơn 4 ngàn người thương vong cho cả hai bên đã kết thúc cuộc nội chiến kéo dài 20 năm. Nhưng hòa bình vẫn chỉ là một giấc mơ huyễn hoặc. Lòng hận thù được lưu truyền từ đời này sang đời kia. Hơn nửa thế kỷ sau, vết thương chưa hết rỉ máu.

Ông minh:

-Tôi tiếc là đã không biết bhagavad gita lúc còn sống. Thủ tướng nehru đã không nói gì với tôi về cuốn sách này. Chỉ đến khi nằm trong mộ kính, tôi mới được đọc nó thì đã quá muộn. Chúng ta phải trả giá về cái nghiệp đã làm.

Ông diệm:

-Cụ có ân hận không?

Ông minh:

-Tại sao tôi phải ân hận? Người lẽ ra phải ân hận là cụ chứ không phải tôi. Bởi vì tôi là người chiến thắng.

Ông diệm:

-Cụ không thấy mình cũng thất bại sao?

Ông minh:

-Mãi mãi tôi là người chiến thắng, bất kể đất nước này đi về đâu, bất kể nhân dân như thế nào. Bởi vì tôi là kẻ thống trị và là sự thống trị. Đừng lầm lẫn tôi là hồ chí minh của sử sách, mà tôi là minh - một cái bóng của con người, không dòng dõi. Tôi không có linh hồn. Tôi là biện chứng duy vật. Bọn mang tôi vào đình chùa thờ cúng là bọn ngu xuẩn.

Ông diệm:

-Chính nhờ sự ngu xuẩn ấy mà cụ tồn tại và chiến thắng.

Ông minh:

-Đấy là sự trớ trêu nhất của lịch sử. Bọn ngu xuẩn ấy biến tôi thành duy tâm.

Ông diệm:

-Từ người dẫn dắt, chúng ta trở thành kẻ bị dẫn dắt. Nhị nguyên và hai mặt là một thứ song trùng nhị bội bi kịch của ý chí anh hùng.

Ông minh:

-Anh hùng chỉ là bọn tốt thí. Không phải chúng ta.

Ông diệm:

-Phải. Bọn cừu thích làm anh hùng.

Ông minh:

-Không hèn hạ thì không thể làm lãnh tụ anh minh.

"Chúa là mục tử nhân lành. Người đưa tôi đến đồng cỏ để tôi được no nê. Bên dòng suối mát, người cho tôi được nghỉ ngơi. Người là thành trì bảo vệ tôi khỏi quân thù ám hại."

Ông diệm làm dấu thánh giá. Khắp người ông đau đớn.

2.

Không phải chỉ có ông diệm bị giết, mà có hàng triệu người đã bị giết để chứng minh cho chân lý của kẻ thắng. Bà xuân, cô em dâu của ông diệm đã thoát chết nhờ chuyến đi giải độc dư luận của bà trên đất mỹ. Nhưng bà xuân chỉ có thể giải độc cho thanh danh của gia đình chồng bà bằng sự im lặng cho đến chết. Sự im lặng trở thành một vũ khí tối thượng và bất khả chiến bại của sự khinh bỉ trước những tâm địa độc ác.

Còn nhớ đêm ở paris, lúc ấy họ còn trẻ. Trong căn gác trọ sơ sài, họ nằm bên nhau trên chiếc nệm rách và cùng mơ một giấc mơ độc lập cho quê hương. Ông minh hồ hởi nói, "Tôi sẽ đi mạc tư khoa." Ông diệm băn khoăn, "Chủ nghĩa đấu tranh giai cấp của mác-lê có thể phù hợp với những nước nghèo như mình, nhưng tôi sợ rằng lý tưởng duy vật ấy sẽ phá vỡ mọi nền tảng tốt đẹp của dân tộc." Nhưng ông minh vẫn quả quyết, "Không có giải pháp nào khác có thể giúp chúng ta vừa giải phóng dân tộc vừa mang lại công bằng xã hội như chủ nghĩa cộng sản." Ông diệm vẫn nghi ngại, "Tôi e rằng cái vỏ bọc quốc tế vô sản cũng chỉ là một hình thái đế quốc, mà một nước nhỏ như việt nam sẽ không thoát được số phận làm tốt thí." Ông minh tỏ ra tin tưởng, "Những người cộng sản chân chính sẽ mang lại sự khác biệt cho thế giới đã tàn tạ bởi bọn tư bản bóc lột." Ông diệm điềm tĩnh, "Chúng ta không thay đổi được bản chất xã hội con người cho dù có cái gọi là tiến bộ hay cách mạng." Ông minh chỉ vào mặt người bạn, "Ông sẽ thấy ai thắng ai."

Một đêm trắng để hai người thanh niên vạch ra lằn ranh ý thức hệ sẽ chia cắt con người, chia cắt đất nước. Và họ sẽ không bao giờ quên được cái mùi nách của nhau mà số phận sẽ gắn kết họ mãi mãi.

Ông minh rời bỏ paris, để lại cục gạch gối đầu cho giai thoại. Cứ như thế, cuộc đời ông được tạo dựng bởi giai thoại. Và giai thoại biến ông thành thần thánh.

Ông diệm cũng từ bỏ mẫu quốc để hoài thai một đất nước mới.

Dưới âm phủ. Ông minh tiếp tục khẳng định chiến thắng vinh quang của mình khi viết lên quan tài ông diệm ba chữ "tay sai mỹ", mà quên rằng, chính ông cũng sẽ chỉ là tốt thí cho bọn quốc tế vô sản như ông diệm đã nói trong cái đêm trắng ở paris.

Trong quan tài, ông diệm nói nhỏ vừa đủ cho ông minh nghe:

-Thật ra, mỹ không chọn cụ vì họ không tin cụ.

Cả ông diệm và ông minh đều mắc kẹt giữa tham vọng của các nước lớn.

3.

Ở phía sau bức bình phong vườn xuân trung nam bắc, ông huệ tức tối hất tung bàn cờ, đứng lên. Tiếng gầm gừ thoát ra từ miệng ông như tiếng nghiến răng của sư tử. Lần nào đánh cờ với ông ánh, ông huệ cũng thua.

Vừa lúc ấy, ông minh bước vào.

Ông huệ hỏi cộc lốc:

-Thế nào?

Ông minh:

-Chết rồi.

Ông huệ, người nông dân nổi dậy mắt rực lửa căm thù:

-Bọn khoa bảng ấy cần phải giết, nhiều kiếp.

Ông minh:

-Tôi sẽ truy đuổi ba đời bọn chúng.

Ông ánh đột ngột lên tiếng:

-Các ông có nghe thấy tiếng chuông chùa không?

Ông minh:

-Đấy là tiếng chuông nhà thờ chiêu hồn ông diệm.

Ông ánh:

-Không phải, dường như là tiếng chuông của thày quảng đức ở chùa thiên mụ.

Ông huệ:

-Đó chỉ là tiếng chuông gió ở núi thiên nhẫn của la sơn phu tử thôi.

Không ai dám cãi lời ông huệ.

Ông ánh trầm giọng:

-Cả thế giới này, giờ đây chỉ còn tiếng chuông thu không buồn bã.

Ông minh:

-Không, vẫn còn tiếng reo hò ngày vui đại thắng.

Ông huệ:

-Vẫn còn tiếng quân hành, ngựa hí.

Ông ánh:

-La sơn phu tử đâu rồi nhỉ?

Ông huệ:

-Vẫn ở núi thiên nhẫn.

Ông ánh:

-Có lẽ chúng ta cần tìm ông ấy.

Ông huệ:

-Chẳng để làm gì. Cũng không thay đổi được gì.

Ông diệm tự mở nắp quan tài đứng dậy. Ông ta vuốt quần áo cho thẳng thắn rồi khoan thai bước đến chỗ mấy ông kia đang nói chuyện.

Ông diệm:

-Tôi sẽ đi tìm la sơn phu tử. Chỉ có ông ấy mới hóa giải được oán thù.

Đúng lúc ấy la sơn phu tử tất tả từ ngoài bước vào.

Ông ánh hỏi:

-Bấy lâu nay cụ ở đâu?

La sơn phu tử quen miệng:

-Thưa bệ hạ, tôi ở tầng trên.

Mọi người nhao lên:

-Trên ấy có tự do không?

La sơn phu tử chậm rãi:

-Có lẽ ở đâu có con người, ở đó mất tự do.

Bất ngờ, im lặng phủ chụp xuống như bóng tối. Không một ai phản biện.

La sơn phu tử nói tiếp:

-Và chúng ta chỉ có thể hóa giải oán thù bằng cái chết.

Mỗi người quay mặt về một hướng. Không ai nhìn ai. Địa ngục vẫn là địa ngục. La sơn phu tử quay ra, lặng lẽ như khi ông đến.

Ông ánh lui vào một góc, ngồi xuống tập trung thiền định. Ông diệm quỳ xuống, ngước mắt lên trời cầu nguyện. Chỉ còn hai ông huệ và minh đi tới đi lui.

Một thời kỳ mới của đất nước bắt đầu, những người cộng sản và quốc gia tìm cách tiêu diệt lẫn nhau. Ở miền bắc từ 1945 đến 1954, tất cả những người quốc gia đều lần lượt bị cộng sản giết hoặc phải chạy trốn vào nam. Từ phạm vi nhỏ giữa các đảng phái, cuộc chiến đấu để tồn tại và giành quyền cai trị ấy đã dẫn đến cuộc nội chiến chia đôi đất nước với sự hỗ trợ của ngoại bang kéo dài đến 1975.

Ông diệm:

-Khi tiếp quản miền nam từ tay người pháp, họ đã đặt tôi vào gọng kìm của các phe phái võ trang. Tôi giống như vật tế thần của một mụ phù thủy đã hết quyền phép. Người pháp muốn tôi quị lụy họ. Họ quên rằng chủ nghĩa thực dân đã vĩnh viễn chấm dứt.

Ông minh:

-Bọn pháp ngoan cố. Lẽ ra, họ phải thức thời sau khi thất bại thảm hại ở điện biên phủ.

Ông diệm:

-Cục diện thế giới đã thay đổi, mà người pháp vẫn ngủ quên trong hào quang của thế kỷ 19. Nhưng cũng phải thành thật nhìn nhận, nếu không có người mỹ trợ giúp thì tôi cũng khó dẹp được tàn dư của thực dân và các lãnh chúa địa phương, đặc biệt là bọn đánh tổ tôm làm chính trị của các đảng phái đối lập.

Ông minh:

-Cuộc khởi nghiệp của cụ ngoạn mục. Chúng ta là những bậc chân đế và chúng ta phải dùng roi sắt mà cai trị.

Ông diệm:

-Cũng may, lúc đó cụ còn bận rộn với cải cách ruộng đất và đám văn nghệ sĩ trí thức gàn bướng.

Ông minh:

-Ừ, nếu tôi rảnh tay thì cụ cũng khó đấy. Dẫu sao, tôi đánh giá cụ rất cao trong việc phế truất bảo đại. Quyết đoán và chuyên nghiệp.

Ông diệm:

-Những việc này tôi trông cậy vào chú nhu cả.

Ông minh:

-Anh em nhà cụ khoa bảng, nhưng hành xử cũng đảm lược. Tôi vui vì có một đối thủ xứng đáng.

Ông diệm:

-Cũng là thế cuộc bắt buộc thôi. Vả lại, cụ cũng biết bọn võ biền như tướng hinh, ba cụt, bảy viễn... xét cho cùng khác chi phường thảo khấu, mà bọn quân sư của chúng cũng chỉ là lũ xôi thịt, háo danh. Chỉ có bảo đại mới đủ tư cách lãnh đạo, nhưng bảo đại lại chỉ là một cậu ấm trong sự bảo bọc của pháp. Vì thế, việc anh em chúng tôi thu tóm quyền lực là tất yếu. Ngoài cụ, không ai làm chúng tôi bận tâm.

Ông minh:

-Cuối cùng thì chúng ta cũng phải chết. Cụ chết trong xe bọc thép. Tôi chết trên bàn thờ.

Ông diệm:

-Nhiều lúc tôi nghĩ, sự phản bội cũng cần thiết vào một thời điểm nào đó thích hợp.

Ông minh:

-Đôi khi trung thành quá cũng là phản bội. Đây là cú phản đòn đau nhất mà bọn trung thành ngu muội dành cho tôi.

Ông diệm cười lớn:

-Nhờ thế, cụ sống mãi còn gì.

Ông minh cũng cười.

Ông diệm:

-Bọn chúng muốn ăn oản của cụ đến muôn đời sau.

Ông minh:

-Oản của tôi nhuốm máu nhân dân.

Ông diệm:

-Tôi vẫn tự hỏi, nếu tôi có một chọn lựa khác, thì tình thế có thay đổi không?

Ông minh:

-Không có cụ diệm thì có cụ khác. Chẳng có gì thay đổi.

Ông diệm:

-Ý tôi là nếu bảo đại vẫn làm vua thì có thể chúng ta đã không phải giết nhau.

Ông minh:

-Chúa đã chọn nơi đây là chiến trường. Dân tộc này đã được chọn để hiến tế cho lịch sử nhân loại. Cả cụ và tôi chẳng phải đã nắm được cơ hội cho mình sao?

Ông diệm ưu tư:

-Lẽ ra tôi phải vào tu viện.

Ông minh:

-Không, cụ đã để lại một di sản có thể cứu thoát dân tộc này. Tôi nói chân thành đấy. Tôi thắng cụ, nhưng tôi cũng là kẻ có tội. Nhưng những kẻ ăn oản của tôi sẽ giết tôi, nếu tôi tái thế. Tôi phải chết vĩnh viễn và được tôn thờ mãi mãi.

Ông diệm:

-Đúng vậy, nếu chúng ta tái sinh. Chúng ta sẽ tiếp tục phải làm cách mạng.

Ông minh:

-Nếu thế, tôi sẽ chính thức lấy vợ.

Ông diệm:

-Tôi cũng sẽ lấy vợ.

Họ cùng cười lớn.

Ông minh nhìn ông diệm dịu dàng:

-Để cho thế giới hòa bình, cụ phải về sống với tôi.

Ông diệm:

-Không. Tôi sẽ lấy một phụ nữ mạnh mẽ như em dâu tôi. Chúng ta cần có một gia đình lành mạnh để làm giềng mối cho xã hội.

Ông minh:

-Cụ sẽ vẫn thuộc về tôi. Bởi cụ cần tôi.

Ông diệm:

-Đúng, cụ là phần tôi thiếu thốn. Có cụ, tôi sẽ trở nên hoàn hảo. Nhưng tình yêu hình như không nhất thiết phải là cái tương thích, hợp lý. Tôi cũng không rõ lắm.

Ông minh:

-Chúng ta đều là những người không có kinh nghiệm về tình yêu đôi lứa. Nhưng tôi quả quyết rằng đối tượng của tình yêu là người ta khao khát.

Ông diệm:

-Cả trong cái có vẻ như phổ quát này, tôi và cụ cũng khác nhau.

Ông minh:

-Tôi không đi tìm cái giống mình.

Ông diệm:

-Tôi cũng thế thôi. Nhưng chúng ta vẫn luôn ngược chiều nhau.

Ông minh:

-Hóa ra, chiến tranh hay chiếm đoạt cũng là một hình thái của tình yêu.

Ông diệm:

-Con người chém giết nhau cũng là một hiện tượng tự nhiên trong trời đất. Đôi khi tôi không hiểu được ý chúa.

Đột nhiên, ông Diệm ngã xuống oằn người đau đớn.

Giữa trùng vây của các đối thủ như bọn thân pháp trong hàng ngũ quân đội, các lực lượng kháng chiến ly khai như hòa hảo, cao đài, bình xuyên và các đảng phái đối lập khác, ông diệm đã bình định được nam phần và xây dựng thành công một nhà nước non trẻ.

Các chiến khu của đảng đại việt bị tiêu diệt hoặc cho giải tán.

Tướng hinh, một kẻ trung thành với quan thày cũ, nắm giữ quân đội, âm mưu đảo chánh nhưng thất bại phải lưu vong ở pháp.

Tướng bảy viễn của lực lượng bình xuyên cũng phải chạy trốn sang pháp mới thoát chết.

Tướng thế của giáo phái cao đài quy thuận chính phủ nhưng sau đó đã tử vong giữa những nghi vấn bị thủ tiêu trong lúc giao tranh với quân bình xuyên ở cầu tân thuận.

Tướng ba cụt của giáo phái hòa hảo được chiêu dụ hợp tác nhưng cuối cùng cũng bị chính quyền ông diệm chém đầu thị chúng.

Được lệnh của tướng minh lớn (chỉ huy trưởng chiến dịch hoàng diệu tảo thanh quân phiến loạn bình xuyên và sau này lãnh đạo hội đồng quân nhân đảo chánh ông diệm), một sĩ quan tên nhung đã đào mồ ba cụt lên và bằm xác ông ta thành nhiều mảnh nhằm phi tang mồ mả của ông. Cũng sĩ quan máu lạnh này, bảy năm sau theo lệnh tướng minh lớn giết anh em ông diệm bằng nhiều nhát dao, trước khi bắn họ trong xe tăng.

Ông minh võ về ông diệm:

-Lịch sử đã qua rồi.

Những vết dao đâm trên người ông diệm sưng tấy và đỏ mọng như muốn bật máu.

Ông minh ngậm ngùi:

-Chúng ta đã phải giết quá nhiều người.

Ông diệm:

-Xin chúa thương xót chúng con.

Ông minh:

-Chúa không có lòng thương xót.

Ông diệm:

-Xin chúa thương xót chúng con.

Ông minh:

-Chúng ta chỉ làm những việc cần làm.

Ông diệm:

-Chúng ta không được chúa soi sáng.

Ông minh:

-Lịch sử do chúng ta dẫn dắt. Và chúng ta phải chịu trách nhiệm về nó. Tôi đã làm đúng, một cách tất yếu. Không hối tiếc điều gì.

Ông diệm:

-Chúng ta đã gây ra những nỗi thống khổ.

Ông minh:

-Thống khổ là cái giá của hạnh phúc.

Ông diệm:

-Cụ vẫn tin nhân dân hạnh phúc sao?

Ông minh:

-Cụ hãy mở mắt và nhìn. Có bao giờ đất nước được như hôm nay không?

Ông diệm:

-Bất công và đau khổ không những không thể chấm dứt, mà

nó còn trở nên trầm trọng tàn nhẫn hơn.

Ông minh cáu:

-Chúa của cụ có làm cho bất công và đau khổ chấm dứt không?

Ông diệm:

-Chúa lòng lành và yêu thương con người. Chúng ta không hiểu được ý chúa.

Ông minh cười gằn:

-Vì thế, tôi làm mọi việc theo ý tôi.

Ông diệm:

-Không, cụ đã mất tự do. Cụ hành động theo ý ma quỉ.

Ông minh:

-Cả chúa và ma quỉ đều là giả định. Ngay bây giờ, nếu tôi bóp cổ cụ, thì đấy là vì tôi muốn thế. Tôi muốn cụ thuộc về tôi vĩnh viễn. Cả chúa hay ma quỉ đều không thể can thiệp.

Ông diệm:

-Lòng cụ đầy bóng tối. Và ma quỉ ngự trị trong lòng cụ.

Ông minh cười khẩy:

-Nhân chi sơ tính bản ác. Có thể tôi là thế đấy. Nhưng nếu tôi là thế, thì chúa phải chịu trách nhiệm chứ không phải tôi.

Ông diệm:

-Chúa tha thứ cho cụ. Điều quí giá nhất mà thượng đế ban tặng cho con người là tự do. Thế giới này tồn tại được bởi vì chúng ta có tự do. Nhưng cụ đã tước đoạt tự do của người khác, đồng thời đánh mất tự do của mình.

Ông minh:

-Không ai lấy được tự do của người khác, trừ khi chính anh

ta từ khước nó vì một lý do nào đó.

Ông diệm:

-Cụ tước đoạt sự lựa chọn của người khác. Và cũng đánh mất lựa chọn của mình.

Ông minh:

-Tự do hay sự lựa chọn là một khả tính có điều kiện. Tôi tạo ra các điều kiện. Điều kiện là luật lệ của xã hội cũng giống như bối cảnh hay hoàn cảnh mà chúa của cụ đặt ra cho mỗi con người. Cũng như tạo hóa, tôi chẳng có lỗi gì cả.

Ông diệm buồn bã:

-Chúng ta chỉ là một chi tiết trong vũ trụ này. Có hay không có chúng ta, vũ trụ cũng không có gì thay đổi.

Ông minh:

-Ừ, con người đã tự đề cao mình quá đáng.

Ông diệm:

-Nhưng sự thống khổ này vẫn đeo bám chúng ta. Bởi vì chúng ta tạo ra nó.

Trên chiến trường miền nam, phe cộng sản càng ngày càng thắng thế, gần như họ đã kiểm soát được nông thôn. Trong thành phố, chính trị hỗn loạn. Những cuộc xuống đường biểu tình của các lực lượng tranh đấu lan rộng và trở nên thường xuyên hơn. Phật giáo và các đảng phái đều chống chính quyền. Người ta nhìn thấy phía sau của sự hỗn loạn đó là mỹ và cộng sản. Những kẻ giấu mặt này biến những tham vọng thành con rối. Người quốc gia đơn độc và thối rữa. Chính quyền từ ông diệm đến ông thiệu trở thành kẻ hiến tế cho những toan tính của các đại cường.

Ở phía bên kia vĩ tuyến, độc dược của tình hữu nghị quốc tế vô sản thấm xuống lòng đất và nó biến đất ấy thành đất chết. Con người phải khóc lóc và nghiến răng.

Mỹ dội bom miền bắc, nhưng sự tàn phá và cái chết không khuất phục được con người. Mỹ buộc phải đàm phán để chấm dứt chiến tranh.

Ông huệ ngồi uống rượu với ông ánh nhìn ngắm bức tranh "vườn xuân trung nam bắc".

Ông huệ:

-Tôi nhớ hân công chúa. Không biết giờ nàng ở đâu.

Ông ánh:

-Có thể bà ấy đã lên phía bắc. Ở đấy có nhiều hội hè.

Ông huệ:

-Có dịp, tôi với ông đi thử một chuyến xem sao.

Ông ánh:

-Tôi không thích vùng đất ấy. Nhiều âm khí quá.

Ông huệ:

-Tôi lại thích cái sự bất trắc ấy. Tôi tìm thấy niềm vui ở đó. Tình yêu và sự vinh quang của tôi.

Ông ánh:

-Tôi chỉ yêu cái miệt vườn sông nước hiền hòa ở phía nam. Những cô gái tắm sông là một cảnh tượng hoàn hảo nhất về sự thuận hòa giữa con người và thiên nhiên.

Ông huệ:

-Tôi lại thích nhìn ngắm phụ nữ múa hát. Đó là bản năng sự sống.

Bất chợt, ông huệ đổi giọng ngâm nga theo điệu hồ quảng:

"Thiên thai chốn đây hoa xuân chưa gặp bướm trần gian

Có một mùa đào dòng ngày tháng chưa tàn qua một lần

Thiên tiên chúng em xin dâng hai chàng trái đào thơm

Khúc nghê thường này đều cùng múa vui bầy tiên theo đàn."
(Văn Cao)

Ông ánh thích chí cười lớn.

Ông huệ nghiêm túc trở lại:

-Trút bỏ cái thân thế hoàng gia để hòa nhập vào cái thân phận dân dã có lẽ đã là một phép màu giúp ông phục hồi cơ nghiệp tổ tiên. Cái sai lầm của tôi là đã làm ngược lại.

Ông ánh:

-Việc ông truy sát tôi trên từng tấc đất đã khiến tôi nhận ra sự lưu lạc của kiếp người, đồng thời tôi thức ngộ được bản thể của mình trong cõi nhân sinh trầm luân này.

Ông huệ:

-Theo cách nào đó, chúng ta đều sẽ nhận ra cái chân mệnh của mình.

Ông ánh:

-Và chúng ta sẽ thoát khỏi đau khổ?

Ông huệ:

-Chúng ta sẽ không bao giờ thoát được đau khổ, nhưng chúng ta cần biết cách chấp nhận nó. Cũng như chúng ta biết cách chấp nhận người khác.

Ông ánh:

-Chúng ta có hòa bình chưa?

Ông huệ:

-Nó tùy thuộc vào con cháu chúng ta.

Ông ánh:

-Tôi thù hận ông bao nhiêu thì tôi cũng thù hận mình, diệm bấy nhiêu. Ông làm cho tôi khốn khổ, nhưng cũng là cơ hội để tôi thống nhất sơn hà và vinh quang như một hoàng đế đích thực, còn minh và diệm là những kẻ bất trung phản nghịch đã kết liễu vương triều nhà nguyễn tôi.

Ông huệ:

-Thành trụ hoại diệt là lẽ thường. Tôi không bao giờ tiếc mấy đứa con của mình đã không làm nên cơm cháo gì. Vì thế, tôi cũng không oán trách gì ông, cho dù ông đã trả thù tôi một cách đê tiện nhất.

Ông ánh:

-Chung qui vì chúng ta ích kỷ. Trần gian này không thuộc về ai. Kẻ nào muốn chiếm giữ nó, kẻ ấy tự kết án mình.

Ông huệ:

-Con người lầm lạc. Khi anh em tôi tranh chấp quyền lực, tôi đã biết tôi rơi vào một vòng xoáy không lối thoát.

Ông ánh:

-Quyền lực là một cám dỗ không thể chối từ. Nó cũng giải thích sự thành công của tôi.

Ông huệ:

-Và rồi tất cả cơ nghiệp của chúng ta bị chôn vùi, chúng ta nhận ra chỉ có cái chết là vĩnh cửu.

Ông ánh:

-Thời gian là địa ngục của chúng ta.

Ông huệ:

-Vì thế, cái chết không phải là giải thoát.

Ông ánh:

-Cái chết là sự phán xử của chân lý.

Ông huệ:

-Cái chết là sự công bằng của số phận.

4.

Rơi xuống một vực thẳm hoang vu mà thời gian thì diệu vợi, ông minh hốt hoảng:

-Con tôi... con tôi...

Ông huệ:

-Sẽ không một ai nghe thấy tiếng gọi của ông. Tất cả mọi linh hồn đều tự tại không huyết thống.

Ông minh:

-Dòng máu họ nhà ta về đâu?

Ông huệ:

-Đó chỉ là nhân duyên hư ảo.

Ông minh:

-Không, con tôi... tôi vẫn nghe tiếng kêu vô vọng của nó. Tôi muốn đưa nó về.

Ông huệ:

-Nó mãi mãi là những đứa trẻ vô thừa nhận.

Ông minh:

-Không, các con của tôi...

Ông huệ thì thầm:

-Những cánh chim bay đi không để lại dấu vết.

Ông minh:

-Tôi đã sai lầm.

Rồi ông minh khóc. Tiếng khóc của người đàn ông ai oán.

Ông minh:

-Tôi đã tự tẩy não tôi. Tẩy não các con tôi. Tự bôi xóa tôi trong ký ức của các con. Tôi sập bẫy tôi.

Ông huệ:

-Chúng ta không thể làm lại. Không thể thay đổi bất cứ điều gì.

Ông minh càng khóc to:

-Những đứa con lưu lạc của tôi giờ chúng ra sao?

Ông huệ:

-Chúng có cuộc sống của chúng. Khi còn sống, tôi cũng có làm gì được với những đứa con bất tài của mình.

Ông minh:

-Tôi đã vì điều gì mà trở nên một người cha bất nhân thế?

Ông huệ:

-Ông còn phải đặt câu hỏi sao?

Ông minh:

-Phải, có điều gì lớn hơn tình phụ tử chăng?

Ông huệ:

-Không có gì lớn hơn tình phụ tử bằng chính sự ích kỷ và sai lầm của mình.

Ông minh bỗng tỉnh táo:

-Không. Tôi không ích kỷ và không bao giờ sai lầm. Tôi là chân lý. Tình yêu của tôi lớn lao hơn tất cả mọi thứ.

Ông huệ cười đểu:

-Vâng, đã nghị quyết rồi.

Ông minh chợt như đốn ngộ, nói lớn:

-Chúng ta phải tìm cách đầu thai.

Ông diệm:

-Phải đấy. Tôi sẽ tái sinh như đấng cứu thế.

Ông ánh cười lớn:

-Các ông tuyệt tự rồi.

Ông minh:

-Không, tôi sống mãi. Những kẻ truyền thừa tôi vẫn quang vinh.

Ông huệ:

-Bọn ăn bám ấy biết gì vinh với nhục.

Ông minh:

-Chúng tôi vẫn là chân lý.

Ông huệ:

-Chân lý là một khái niệm hàm hồ trá ngụy. Không ai có thẩm quyền để nói về chân lý.

Ông diệm tỏ ý hài lòng về câu nói của ông huệ.

Ông ánh:

-Tôi đã nhìn thấy oán khí ngập tràn trên những vùng đất mà ông huệ đã đi qua.

Ông huệ:

-Tôi biết. Tôi bắt lính không sót một mống. Nếu tôi không làm thế, họ cũng sẽ bị ông cưỡng bức theo mình. Họ được sinh ra để phục vụ cho vinh quang của chúng ta.

Ông diệm:

-Con người không có quyền chọn lựa, ngay cả lẽ phải.

Ông minh:

-Lịch sử xô đẩy và chúng ta buộc phải chấp nhận chỗ đứng tồn tại của mình như một chọn lựa. Cái bi kịch là chúng ta không thể chối từ chỗ đứng định mệnh ấy.

Tiếng của ông minh rơi xuống thăm thẳm. Không ai muốn nói gì nữa. Ở nơi, không có thời gian, sự im lặng vĩnh cửu. Ở nơi, không có không gian mà hiện tồn là mãi mãi. Vô vọng và bất tín.

Tiếng ông huệ bay đi như cơn gió:

-Nhận biết được chỗ đứng của mình và hành động, đó là anh hùng.

5.

Cơn mơ và cơn điên là bên nớ và bên ni của một dòng sông.

Có một cây cầu bắc từ bên này qua bên kia sông, nhưng cây cầu ấy không dùng để qua sông mà chỉ là một biểu tượng của một cơn mơ và một cơn điên.

Ông huệ:

-Chúng ta đã để lại điều gì?

Ông minh:

-Sự bất khuất cho một dân tộc.

Ông ánh:

-Hòa bình và thịnh vượng.

Ông diệm:

-Công lý và nhân vị.

Ông huệ chỉ tay về phía trước:

-Có phải con người đang chạy trốn không?

Ông minh:

-Đó là ảo ảnh.

Ông diệm:

-Hiện thực xã hội chủ nghĩa.

Ông ánh:

-Bọn phản nghịch.

Ông huệ:

-Không có ai trong các ông muốn hỏi tại sao ư?

Mọi người im lặng.

Ông huệ:

-Các ông là một lũ giả nhân giả nghĩa.

Vẫn không ai nói gì.

Ông minh dẫn ông diệm ra chỗ khác.

Ông minh:

-Ông huệ chỉ là dân võ biền.

Ông diệm:

-Tuy nhiên, ông ấy nguy hiểm.

Ông minh:

-Tôi biết chứ. Ông ấy cũng nói đúng. Nhưng nói đúng và làm đúng là hai việc rất khác nhau. Và không nên nhầm lẫn. Đấy cũng là lý do khiến cụ bị giết.

Ông diệm:

-Giết tôi mới là nhầm lẫn.

Ông minh:

-Kẻ sát nhân cũng có lý của họ.

Ông diệm:

-Bất kể vì lý do gì đều không thể chấp nhận.

Ông minh nhìn ông diệm trìu mến:

-Cụ rất đáng yêu.

Ông diệm:

-Lẽ ra tôi phải cứng rắn như cụ.

Ông minh nhìn xa xăm:

-Có những cái thuộc về căn cốt không thay đổi được.

Ông diệm gật gù:

-Có những sai lầm hoặc yếu đuối mà nếu phải quyết định lại có lẽ chúng ta vẫn cứ sai lầm và yếu đuối.

Ông minh:

-Nếu ngày ấy, chúng ta bắt tay với nhau hoặc tôi giết cụ sớm hơn thì chắc chắn tôi vẫn thắng nhưng sẽ ít đổ vỡ hơn. Trong sâu thẳm, tôi vẫn thấy có những giới hạn của số phận mà chúng ta không vượt qua được. Điều ấy không có nghĩa là tôi tin do tạo hóa hay ý chúa của cụ.

Ông diệm:

-Ngay cả giấc mơ hay cơn điên của chúng ta cũng là ý chúa. Nhưng quả thật, tôi không hiểu được sự lòng lành của thiên chúa. Khi nghĩ đến những điều ấy, tôi rất đau khổ.

Ông minh:

-Việc chúng ta phải ở đây, với nhau và mãi mãi, không giải thích được điều gì về sự lòng lành ấy. Con người, phải tự giải quyết những vấn đề của mình.

Ông diệm:

-Tôi phó thác linh hồn tôi trong tay chúa.

Ông minh:

-Tôi chán cái đức tin của cụ quá. Sống hay chết, phù du hay vĩnh cửu vẫn là của chúng ta và do chúng ta quyết định.

Ông diệm:

-Chúng ta không quyết định được điều gì, kể cả một nỗi buồn bất chợt.

Ông minh nắm tay ông diệm:

-Cụ đa cảm quá.

Ông diệm khóc.

Ông minh:

-Sao thế?

Ông diệm:

-Không có gì. Tôi nhớ chú nhu. Không biết chú ấy ở đâu.

Ông minh:

-Ai có cõi của người ấy. Sống là một số phận. Chết là một số phận khác. Đôi khi tôi nghĩ, nghiệp chính là thượng đế. Vì thế, số phận là của chính chúng ta, không thuộc về bất cứ điều gì.

Ông diệm:

-Tôi thương chú ấy. Hồi trước, chú ấy luôn ở bên tôi, kể cả lúc chết. Thế mà bây giờ...

Ông minh:

-Dường như con người luôn bị thất lạc điều gì đó. Con người cũng luôn bị phân rẽ. Chúng ta luôn phải sống trong sự bất toàn.

Ông diệm:

-Dường như đấy là điều thượng đế muốn nhắc nhở chúng ta. Cũng là cách để chúng ta nhận biết người.

Ông minh:

-Con người chỉ tự tìm cách trấn an mình thôi.

Ông diệm lại khóc:

-Anh em tôi đâu?

Ông minh quay đi.

Ông diệm:

-Tại sao lại giết chúng tôi?

Ông minh:

-Không phải cụ cũng giết người sao?

Ông diệm không khóc nữa. Họ nhìn nhau hằn học.

Không biết từ chỗ nào, tiếng ông huệ vang rền như sấm:

-Giết. Cần phải giết hết.

Tiếng ông ánh cũng đầy nộ khí:

-Tru di tam tộc. Voi giày ngựa xéo.

6.

Ông minh bóp cổ ông diệm:

-Chính trị là cái nhất thiết của cuộc sống. Và cốt lõi của nó là niềm tin. Kẻ nào trung thành với ta thì kẻ ấy được sống. Kẻ nào phản bội hay chống đối ta, kẻ ấy phải chết.

Ông diệm đấm ngực ba lần thống hối. Máu từ những vết thương ứa ra. Ông minh buông tay khỏi cổ ông diệm và lau những vết máu ấy với một niềm thiết tha khôn tả.

Ông diệm:

-Phản bội hay trung thành cũng chỉ là một nỗi mơ hồ của cơn gió. Cả đến mặt trời và mặt trăng cũng lừa mị chúng ta về sự sáng.

Ông minh:

-Cụ vẫn cầu cạnh cái nhất nguyên tuyệt đối để an ủi mình sao?

Ông diệm:

-Tôi còn biết làm gì để vượt qua cơn hoạn nạn này.

Ông minh:

-Tôi chỉ tin tôi.

Ông diệm:

-Thật ra, tôi không tìm sự an ủi, mà tôi truy tìm cái nguyên ủy và cứu cánh của sự sống để thấu hiểu và chấp nhận.

Ông minh:

-Hãy chiến đấu như tôi. Chân lý ở đầu mũi dao. Sứ mệnh là giết chết kẻ thù.

Ông diệm:

-Cụ vẫn còn muốn giết tôi sao?

Ông minh:

-Cho đến khi cụ thuộc về tôi.

Ông minh vuốt mắt ông diệm. Và nhẹ nhàng đặt lên trán ông diệm một nụ hôn đằm thắm.

3/2025

VÀ, HẮN ĐÃ ĐẾN

1.

Sân khấu ngoài trời.

Một ngọn đèn đỏ leo lét cuối chân trời, giống đèn chầu trong một ngôi thánh đường. Không bao giờ tắt.

Thời gian đọng lại trên đốm ánh sáng sự sống.

Rồi từ ngàn thu, ngọn đèn đỏ hiu hắt ấy bất chợt bùng lên và làm đầy cả không gian của quảng trường một màu máu thuần nhất, đơn điệu. Cùng lúc, tiếng trống cũng dấy lên từ xa xôi của quá khứ đến mang tai của hiện tại. Xao xuyến và dữ dội.

Ánh sáng làm người ta nhìn thấy phía trên sân khấu lủng

lẳng những cánh tay gẫy, những đôi chân què cụt, những cái đầu vỡ toác... và một vài tấm huy chương chiến đấu to như cái khiên.

Khi tiếng trống ngừng lại, cũng là lúc sàn sân khấu mọc lên hai chiếc ngai vàng đâu lưng vào nhau. Một người tay chống cằm ủ đầy âm mưu và người ta nhận ra đó là Nga hoàng Đại-đế bởi trang phục của ông ta. Người còn lại đang vuốt râu ngạo nghễ và người ta cũng nhận ra đó là một Thiên-tử Trung Hoa.

Ánh sáng tự thân của hai nhân vật từ từ rạng lên cho đến khi chói lòa thì tiếng nói của đám đông khán giả vọng vang khắp đất trời:

-Vạn vạn tuế Mãnh Vương oai hùng.

-Vạn vạn tuế Mãnh Vương đức độ.

Đoàn quân nhạc rầm rộ đi ngang trước sân khấu với khúc quân hành náo nhiệt.

Hậu cảnh như cả một bầu trời hiện ra những cảnh tượng chiến tranh từ cuộc trường chinh của Mao Trạch Đông đến Việt Nam, Afghanistan, Ukraine... Chiến đấu và tàn phá. Dũng cảm và bi thương. Cảnh tượng lập đi lập lại không dứt.

Thiên-tử mơ màng:

-Tôi có một giấc mộng.

Đại-đế đứng lên:

-Tôi có một ước mơ.

Họ nhìn về phía trước, nhưng không nhìn nhau.

Thiên-tử:

-Trường sinh bất lão.

Đại-đế:

-Thế giới hòa bình.

Chợt giữa đám đông có tiếng cười. Người ta nhận ra tiếng

cười đó thoát ra từ miệng của trùm CIA William Colby thời chiến tranh Việt Nam. Giờ đây, Colby chỉ là một khán giả. Cũng không chắc đó là Colby thật, bởi ông ta đã chết từ lâu.

Đại-đế nói tiếp:

-Nhưng tôi cũng thích những đám mây hình nấm từ mặt đất bay lên và chúng mang theo những linh hồn từ muôn vạn kiếp... Một vẻ đẹp tận thế.

Có thêm nhiều tiếng cười từ dưới khán giả. Trong số ấy, người ta nhận ra một người Do Thái sống ở phố Wall.

Người Do Thái sống ở phố Wall gật gù:

-Yes sir, một cảnh tượng ngoạn mục và huy hoàng đón ngày Chúa lại đến.

Đại-đế gầm gừ:

-Các ông có tư cách gì cười tôi?

Colby cũng đứng lên từ hàng ghế khán giả:

-Thưa Đại-đế, tôi lấy tư cách của một người giống ông, như ông.

Đại-đế:

-Giống tôi, như tôi thì có gì đáng cười?

Colby:

-Chính vì điều ấy.

Thiên-tử vẫn nhìn vào xa xăm:

-Giấc mộng hay ước mơ của chúng ta xét cho cùng cũng như nhau. Vì thế, chúng ta có cùng một bi kịch.

Dường như không một ai chú ý đến tự sự của Thiên-tử.

Một đoạn nhạc ngắn "Đức Mẹ nhân từ, cầu cho chúng tôi... Boong...Boong..." báo giờ của chiếc đồng hồ R.A. được chế tạo tại Thụy Sĩ năm 1887 vang lên ở nhà thờ Đức Bà Sài Gòn.

Khi ấy, tôi đang ngồi uống café với Ngự ở góc đường cuối nhà thờ và chúng tôi cùng nhìn về cái đồng hồ cổ kính ấy và nghe tiếng nhạc chuông của nó.

Tôi:

-Của quá khứ.

Ngự:

-Từ khi chúng ta chưa sinh ra.

Tôi:

-Và mãi mãi như thế.

Ngự thích café Americano ở đây. Tôi thích nhìn phố xá với Ngự. Chúng tôi chưa từng sống qua chiến tranh, nhưng chúng tôi được đầu thai từ chiến tranh.

Quán café chật cứng người ngồi.

Tôi nghe một ông già nói với bạn ở bàn bên cạnh, không phải tò mò nhưng không muốn nghe thì những âm thanh ấy vẫn chọc vào tai tôi:

-Bọn mình có cái may là vẫn còn sống sót để ngồi đây và nhìn ngắm những cô gái đẹp. Họ quyến rũ hơn cả chiến tranh.

Chẳng có lý do gì tôi lại không đồng ý với các cụ.

Ngự mặc áo hở vai. Vai Ngự đầy đặn nhưng thanh thoát.

Phía trên sân khấu, khuôn mặt của Đại-đế vốn đã đỏ lại càng đỏ hơn, giọng xỉa xói:

-Các ông chỉ là một bọn đạo đức giả.

Thiên-tử bấy giờ mới nhìn xuống khán giả như thể tìm kiếm một ai đó. Rồi ông ta lắc lắc cái đầu:

-Cũng vui mà.

Tiếng từ đám đông hô vang:

-Vạn vạn tuế Mãnh Vương đức độ.

Các vua chúa Trung Hoa từ Tần Thủy Hoàng đến Phổ Nghi đội mồ sống lại. Họ tìm cách leo lên sân khấu. Nhưng người của Colby đã chặn họ lại. Họ đứng bám chung quanh sân khấu như một kiểu thiết kế các hoa văn.

Colby hỏi to:

-Chúng nó làm cái gì thế?

Không ai đáp lời ông ta. Đó là một âm mưu.

Colby nói một mình:

-Cần phải tái lập trật tự. Những kẻ đã chết phải trở về chỗ của họ.

Đến lượt Đại-đế bật cười, hỏi Colby:

-Ông còn đứng đó làm gì?

Colby nói:

-Tôi không bao giờ chết. Vì thế, tôi cũng là người của tương lai. Và tôi ở đây để sắp xếp cho tương lai.

Thiên-tử xen vào:

-Một tương lai của nhân loại không chỉ có người Mỹ.

Đại-đế:

-Cũng không phải chỉ có người Hoa và người Mỹ.

Người Do Thái ở phố Wall đứng lên:

-Ở đâu có đồng tiền ở đó có người Do Thái.

Mọi người đều quay nhìn người Do Thái ở phố Wall, kể cả đám đông.

Tất cả đều lao xao:

-Có phải Hắn không? Hắn đến rồi sao?

Colby vội đính chính:

-Không phải Hắn. Hắn sẽ không đến đây.

Người Do Thái ở phố Wall hỏi Colby:

-Các ông đã bắt cóc Hắn?

Colby:

-Không. Chính chúng tôi cũng đang tìm Hắn.

Đại-đế giễu cợt:

-Theo tôi biết, Hắn vẫn đang còn ở Việt Nam.

Colby nổi điên. Việt Nam là nỗi đau của ông ta của Mỹ. Colby trả đũa:

-Chúng tôi đã tìm thấy dấu vết của Hắn ở Ukraine.

Đại-đế cười lớn:

-Hắn trốn qua Afghanistan rồi.

Đột nhiên, Đại-đế ngưng bặt. Cũng như Mỹ, Afghanistan là nỗi đau của người Nga. Nhưng có thể Đại-đế vẫn không biết tại sao người Nga lại thất bại ở Afghanistan. Colby biết. Cũng như ông ta biết tại sao Mỹ thất bại ở Việt Nam. Năm 1968, Việt Cộng tổng tấn công vào các đô thị Miền Nam và họ đã thất bại thảm hại. Chiến dịch Phượng Hoàng của Colby truy sát Việt Cộng đến từng ổ nằm vùng. Nhưng chỉ bốn năm sau, Việt Cộng đã hùng hậu trở lại và mở một chiến dịch quân sự mới, qui mô vào mùa hè 1972, khởi đầu cho chiến thắng sau cùng vào tháng 4.1975.

Colby nói với Đại-đế:

-Nỗi xấu hổ của chúng ta không đến từ lương tâm.

Đại-đế kinh ngạc:

-Ông nói cái gì thế?

Thiên-tử:

-Tôi không rảnh. Tôi bỏ tù tất cả bọn xét lại. Giấc mộng của tôi, giấc mộng Trung Hoa của một thiên tử phải trở thành hiện thực ngay khi tôi còn tại vị. Tôi không cần biết Hắn là ai.

Đại-đế:

-Thật ra, tôi cũng không bận tâm về Hắn.

Quay sang Colby, Đại-đế nói tiếp:

-Tôi có thể chia sẻ tin tình báo với ông về Hắn. Nhưng tôi không tin Hắn là cái gì đó quan trọng.

Colby nói với Đại-đế:

-Tôi biết ông nghĩ gì về Hắn.

Không như Colby, tôi không truy tìm hay chờ đợi gì ở Hắn. Nhưng tôi tin có Hắn. Như tin có Chúa. Tuy nhiên, ngay bây giờ, ở đây tôi chỉ muốn nghe thấy tiếng trái tim đập trong lồng ngực Ngự. Tôi muốn tìm ở đấy sự sống của sự sống tôi. Tôi muốn tìm ở đấy linh hồn của linh hồn tôi.

Ngự là bóng tối và ánh sáng của tôi.

Người Do Thái ở phố Wall nói nhỏ với Colby:

-CIA thất bại bởi CIA không lượng giá được ý chí của đối thủ. Tôi không tin Đại-đế cũng không tin Thiên-tử.

Colby giả vờ như không nghe, nói to:

-In God we trust.

Người Do Thái ở phố Wall bật cười trước sự ngây ngô của Colby, tuy nhiên ông ta cũng nói theo:

-In God we trust.

Đến lượt cả Đại-đế và Thiên-tử bật cười:

-Họ nghiện ma túy.

Tôi và Ngự hút chung một điếu cần sa. Chủ yếu là vui. Tôi không nghiện thứ gì, ngoài mùi Ngự.

Những con chim bồ câu xà xuống trước mặt chúng tôi. Có lẽ, đây là chỗ duy nhất ở Sài Gòn mà những con chim hòa bình không bị người ta bắt làm thịt. Bất chợt, tôi nhớ đến những con chim bồ câu quay rất ngon trong tiệm ăn ở đường Nam Kỳ Khởi Nghĩa. Một món ăn của người Trung Hoa. Tôi sẽ dẫn Ngự đến đó, chiều nay.

Tôi:

-Đức tin là một phép màu mà con người có thể tạo ra.

Ngự:

-Em tin có phép màu, nhưng nó không thể do con người, cho dù con người có thể đồng nhất với Thượng đế hay vũ trụ.

Tôi:

-Về căn bản không có gì khác, nghĩa là vẫn có phép màu. Sự diễn giải khác nhau giữa anh và em, có lẽ chỉ là cách nhìn.

Colby nói với người Do Thái ở phố Wall:

-Chúng tôi có thể giúp ông kiếm tiền ở Trung Hoa. Họ có một đức tin cổ để mà tôi nghĩ ông có thể khai thác đến muôn đời sau.

Người Do Thái ở phố Wall:

-Tôi phải làm điều gì cho các ông?

Colby:

-Ông không phải làm gì cho chúng tôi cả, ngoài việc kiếm tiền bỏ túi.

Người Do Thái ở phố Wall nhìn lên sân khấu, cận cảnh Thiên-tử đang uống trà.

Người Do Thái ở phố Wall:

-OK. Tôi hiểu.

Trong lúc đó, Đại-đế cởi áo khoác ngoài. Ông ta biểu diễn cơ bắp bằng một vài động tác võ thuật. Các hoàng đế Trung Hoa đang bám chung quanh sân khấu vội buông tay và họ đứng thõng người, cúi đầu.

Các Thượng phụ trang nghiêm đi ngang sân khấu và khuất dần như những bóng ma quá khứ.

Đại-đế:

-Tôi sẽ cứu rỗi nhân loại.

Colby hoảng hốt nhìn ra xung quanh và nói với đám đông:

-Cần phải ngăn chặn sự điên rồ của con người này. Các bạn có nghe thấy không?

Đám đông im lặng.

Colby tiếp:

-Một nguy cơ hủy diệt đang đến. Các bạn phải hành động ngay.

Đám đông vẫn im lặng.

Đại-đế:

-Tôi sẽ mở ra một trang sử mới cho nhân loại.

Tiếng nói từ đám đông:

-Hắn đây sao? Có phải Hắn không?

Colby hét lớn:

-Không phải người này. Hắn đang ở đâu đó bên Pakistan.

Thiên-tử:

-Cũng có thể Hắn đang ở Ấn Độ.

Đại-đế:

-Nhân loại cần cảnh giác.

Thiên-tử:

-Nhất đái, nhất lộ là giải pháp duy nhất cho một thế giới

thịnh vượng. Một thế giới thịnh vượng là cơ sở vững chắc cho một nhân loại hạnh phúc. Một nhân loại hạnh phúc là một nhân loại không có Hắn.

Colby nói với đám đông:

-Đừng mắc lừa ông ta.

Đại-đế:

-Một gã mị dân.

Người Do Thái ở phố Wall:

-Đa nguyên, đa dạng mới là vành đai và con đường cho thế giới hiện đại.

Nói xong, người Do Thái ở phố Wall vỗ vai Colby:

-Tôi sẽ đến Trung Hoa.

Colby gật đầu:

-Tôi sẽ lo hộ chiếu cho ông.

Thiên-tử:

-Bọn chúng ngửi thấy mùi tiền.

Người Do Thái ở phố Wall:

-Tôi là kẻ lãng du của những giấc mộng.

Colby:

-Tôi là "Ác quỷ trên thiên đường" của Henry Miller.

Đại-đế:

-Tôi chỉ là một lãnh chúa đa cảm của cái nông trang giữa lòng "Chiến tranh và hòa bình" của Lev Nikolayevich Tolstoy.

Thiên-tử:

-Tôi chính nghĩa-chính danh-chính nhân quân tử.

Khán giả trên toàn mặt đất cười rộ. Một bầu khí vui vẻ, đồng lõa của giả dối.

Người Do Thái ở phố Wall:

-Sự biến đổi khí hậu khiến con người biến thái và bị chia cắt. Tôi nghĩ đã đến lúc chúng ta cần ngồi lại với nhau để giải quyết những tranh chấp không đáng có và cần có những biện pháp cụ thể để kiểm soát vũ khí. Con người được sinh ra không phải để bắn giết lẫn nhau, mà con người được sinh ra để chống lại Hắn, vì hạnh phúc của con người.

Thiên-tử:

-Giấc mộng của tôi không đe dọa hòa bình thế giới.

Đại-đế:

-Ước mơ của tôi cũng chỉ là niềm hi vọng về một thế giới đại đồng.

Colby:

-Chúng tôi chỉ là kẻ giữ gìn trật tự.

Người Do Thái ở phố Wall:

-Tất cả các bạn đều đúng. Các bạn đáng được tưởng thưởng.

Quay lại với đám đông khán giả, người Do Thái ở phố Wall:

-Một tràng pháo tay cho các tinh hoa của thế giới.

Người Do Thái ở phố Wall vỗ tay trước làm mẫu, cả loài người tiến bộ vỗ tay theo. Tuy nhiên, bọn cực hữu ngồi cuối sân khấu lại xua tay phản đối.

Họ la ó:

-Xuống đi. Xuống đi.

Người Do Thái ở phố Wall đã cướp diễn đàn:

-Lịch sử là một đầm lầy. Chúng ta đang có cơ hội để tát cạn đầm lầy, san phẳng những bất công và lột mặt cái trá ngụy của đức tin. Hãy nhìn về phương Đông. Ánh sáng lung linh trên băng tuyết của Himalaya. Nhưng chân lý lại ẩn mật trong những hang sâu của thiền giả và bị con người lãng quên. Hãy trở về. Chúng ta đã đi quá xa vào cõi miền vô định. Nhưng chúng ta biết về đâu? Có thể Hắn là người duy nhất biết chúng ta phải về đâu. Nhưng có thể Hắn đã chết. Cũng có thể Hắn từ bỏ chúng ta. Chúng ta phải làm gì bây giờ?

Đại-đế:

-Người đàn ông này lẩm nhẩm cái gì thế?

Thiên-tử:

-Chân lý ở phương Đông.

Không gian chuyển sang màu xanh, từ màu xanh của bầu trời đến màu xanh của lá cây và cuối cùng là màu xanh tái của cái chết. Khán giả nhìn thấy máu nhỏ giọt từ những mảnh vụn thân xác con người treo lủng lẳng trên sân khấu.

Người Do Thái ở phố Wall bước lên sân khấu. Đám đông vỗ tay. Ông ta và Thiên-tử chào nhau bằng nụ hôn anh em chủ nghĩa xã hội. Thắm thiết tình đồng chí.

Thiên-tử:

-Hoan nghênh ngài đến Trung Hoa.

Đại-đế đứng nhìn cảnh tượng thân mật ấy, ngơ ngác.

Người Do Thái ở phố Wall:

-Một nước Trung Hoa thịnh vượng không thể thiếu phương Tây. Chúc mừng đất nước ngài hội nhập với thế giới.

Thiên-tử:

-Đúng, không thể chậm hơn nữa. Tương lai đang đến gần, chúng tôi không đánh mất cơ hội. Trung Hoa sẽ góp phần mình vào giấc mộng lớn của nhân loại. Rồi đây, các sản phẩm Made in China sẽ tràn ngập thế giới. Và thế giới sẽ phải cám ơn chúng tôi vì sự sung túc mà chúng tôi mang lại.

Người Do Thái ở phố Wall:

-Chúng tôi cũng chờ đợi ở ngài và dân tộc ngài những đóng góp mang giá trị khoa học và nhân văn nhằm thúc đẩy sự tiến bộ và nâng cao nền văn minh nhân loại.

Thiên-tử:

-Sự phát triển của Trung Hoa không đe dọa một quốc gia nào.

Người Do Thái ở phố Wall quay xuống nói với đám đông:

-Thế giới chỉ có thể tồn tại khi chúng ta có niềm tin cậy, cho dù chúng ta có phải chết vì sự tin cậy, hãy cứ tin cậy.

Thiên-tử:

-Đúng. Đúng. Hãy tin Trung Hoa.

Đại-đế bước xuống khỏi khán đài. Khuôn mặt ông ta bồn chồn lo lắng. Đại-đế đi tìm Colby. Nhưng Colby đã không còn ở đó.

Thiên-tử nắm tay người Do Thái ở phố Wall cũng rời khỏi sân khấu đi về một phía khác.

Một sân khấu trống như một khoảng trống quyền lực. Nhưng quyền lực vẫn nằm đâu đó trong bóng tối, sự chết và Hắn. Video về các cuộc chiến tranh vẫn không ngừng chiếu đi chiếu lại những tàn phá và bi hùng của nó.

2.

Tôi nhìn thấy Colby ở Sài Gòn. Ông ta đang ngồi Starbuck nhâm nhi coffee. Ông nội tôi đã từng kể về cuộc gặp gỡ của ông với tay trùm tình báo Mỹ này. Ông tôi là một trong số ít người đã sát cánh với anh em ông Ngô Đình Diệm gầy dựng một quốc gia mới, vô cùng khó khăn nhưng cũng không kém phần ngoạn mục. Và chính một Colby đã đóng vai người nâng đỡ cho chế độ mới ấy khởi nghiệp. Giờ đây, Colby lại đến Sài Gòn. Tôi không nghĩ ông ta nhàn du đến thế. Sau bao nhiêu biến cố ngẫu lục tang thương, hẳn sự có mặt của Colby tại Sài Gòn sẽ mang một ý nghĩa khác. Tôi suýt quên đất nước mình là một thành trì của thế giới. Tôi lại suýt quên, đất nước mình đã từng là hai thành trì đối kháng của một thế giới phân tranh. Đó là một lịch sử đáng buồn và đáng hổ thẹn.

Khi tôi bước vào quán, Colby đã đứng lên:

-Tôi có thể mời anh một ly coffee, à một ly café chứ?

Ông ta biết tôi thích gọi món uống không thể thiếu mỗi

ngày này là café chứ không phải coffee như ngôn ngữ của ông ấy. Tôi bắt tay ông ta rồi ngồi xuống.

-Chào mừng ông đến Sài Gòn.

Colby:

-Rất vui được gặp anh.

Tôi cười:

-Một "người Mỹ trầm lặng" (1) hay một "đồng minh tháo chạy" (2) đồng thời là một "sen đầm quốc tế". Luôn luôn thấu hiểu.

Quả thật thiếu tế nhị, nhưng tôi nghĩ Colby thích vậy hơn.

Colby:

-Anh vẫn có cái thói xỏ xiên của người Việt. Cũng vui đấy.

Chúng tôi dễ dàng trở nên thân thiện. Dẫu sao tôi cũng là người thích Ernest Hemingway và William Faulkner. Và Colby thích Vũ Trọng Phụng.

Tôi:

-Tôi là một nông dân.

Colby:

-Không. Anh là một người Sài Gòn. Sài Gòn không còn ảm đạm như sau khi chúng tôi tháo chạy. Và Sài Gòn đã hồi sinh khi chúng tôi quay lại. Sài Gòn không có dấu ấn kiến trúc Mỹ, nhưng suy nghĩ cũng như cách các bạn nhìn nhận một vấn đề rất Mỹ. Sự phóng khoáng của các bạn, tự do của các bạn rất đáng ngưỡng mộ.

Tôi:

-Thôi, cho qua nghi thức ngoại giao đi. Ông muốn gặp tôi có chuyện gì?

Colby:

-Chỉ là tình cờ, tôi không có ý định gặp anh, nhưng thấy anh, tôi thấy sự gần gũi và tôi tin mình sẽ được chia sẻ.

Tôi:

-Cám ơn ông. Thật ra, tôi không phải là người quan tâm đến Hắn. Nói cách khác, Hắn không phải là vấn đề của tôi hay chúng tôi. Siêu hình nằm ngoài lo toan của (chúng) tôi. Tuy nhiên, cũng phải nói thật, chúng tôi đang bị dồn vào thế buộc phải lựa chọn. Dở sống dở chết. Và sự lựa chọn nào cũng khó khăn. Tôi không nghĩ ông vô tình đến đây.

Colby:

-Tôi không đến đây để tìm Hắn. Anh có quan tâm đến Hắn hay không cũng không phải là vấn đề của chúng tôi. Tôi chỉ là người góp nhặt dữ kiện. Bất kể thái độ anh thế nào, cũng là một dữ kiện tôi cần biết.

Đám đông khán giả nhốn nháo:

-Đã có chuyện gì vậy?

Sân khấu không còn diễn viên. Khán giả hoang mang.

Tiếng từ đám đông:

-Hắn đến rồi sao?

Không ai trả lời. Tất cả những người có mặt đều đứng dậy và họ cố nhìn lên sân khấu.

Không có gì.

Không có gì. Đó là điều kinh khủng nhất mà con người bất chợt phải đối phó.

Tiếng từ đám đông:

-Làm sao đây?

Từ phía sau sân khấu, người Do Thái ở phố Wall bước lên với một bộ dạng khác, trẻ trung năng động và thời trang hơn. Ông ta đi ra phía trước rồi bước xuống đứng lẫn lộn trong đám đông. Một vài người nhận ra ông ta. Họ quây lấy ông:

-Có tin tức gì không?

Người Do Thái ở phố Wall hỏi lại:

-Các bạn chờ đợi điều gì?

Đám đông:

-Phải làm gì bây giờ?

Người Do Thái ở phố Wall:

-Các bạn đến đây để xem kịch hay các bạn muốn thống hối?

Đám đông bấy giờ chia làm hai phe.

Một phe nói:

-Chúng tôi muốn thấy phép lạ.

Phe kia nói:

-Chúng tôi đến để giải trí.

Người Do Thái ở phố Wall chỉ lên sân khấu:

-Các bạn cứ nhìn lên sân khấu. Người muốn tìm phép lạ sẽ thấy phép lạ. Ai muốn giải trí sẽ được giải trí. Tuy nhiên, các bạn sẽ phải tốn kém vì điều các bạn muốn. Nhưng các bạn cứ yên tâm, mồ hôi nước mắt hay tiền bạc của các bạn đã được đồng chí Thiên-tử tính vào giá thành sản phẩm. Thật sự rẻ. Rẻ đến ngỡ ngàng. Các bạn tha hồ tiêu dùng. Một kỷ nguyên mới của thế giới đã mở. Các bạn hãy mở mắt ra xem.

Một đoàn múa lân sư rồng xuất hiện trên sân khấu. Màu sắc và âm thanh của phương Đông rực rỡ. Tiết mục nhào lộn nghẹt thở và tiếng trống rộn ràng của đoàn múa lân làm cho đám đông bớt hoang mang lo lắng. Một điềm lành, một lời chúc phúc cho sự hưng thịnh.

Sân khấu chuyển nhanh sang màu tím. Người ta không biết Đại-đế đã quay lại và ngồi ở đó từ bao giờ. Khuôn mặt ông ta cau có.

Đại-đế quát tháo:

-Ai đã cho phép Hắn đến đây?

Thiên-tử vội vã đi ra như thể ông ta vừa để quên cái gì đó.

Thiên-tử:

-Có ai thấy Hắn không?

Đại-đế hục hặc:

-Ông hỏi ai?

Thiên-tử:

-Tôi hỏi Hắn.

Đại-đế:

-Ý ông là sao? Ông muốn nói tôi là Hắn?

Thiên-tử:

-Không. Ông chưa đủ tầm.

Đại-đế không tin ở tai mình:

-Ông nói ai chưa đủ tầm?

Thiên-tử:

-Ồ, chắc chắn không phải là ngài. Tôi nghĩ Hắn phải khác cơ.

Đại-đế:

-Ông là hàng xóm của tôi phải không? Từ chỗ tôi có thể nhìn thấy đám mây hình nấm bằng mắt thường.

Thiên-tử:

-Đúng. Đúng. Từ chỗ tôi, sẽ không còn nhìn thấy phía sau đám mây ấy cái gì tồn tại, kể cả những con giun nằm sâu trong lòng đất.

Đại-đế giả lả:

-Chắc có gì ngộ nhận ở đây. Ước mơ của tôi, hay giấc mộng

của đồng chí về cơ bản là cùng nhìn về một hướng. Chúng ta chia sẻ một tương lai.

Thiên-tử:

-Đức Khổng Tử của chúng tôi nói, "kỷ sở bất dục, vật thi ư nhân". Tôi cũng nói như thế.

Đại-đế:

-Phải. Tất cả chúng ta cùng nói như thế.

Đám đông vỗ tay. Cận cảnh người Do Thái ở phố Wall thở phào.

Người Do Thái ở phố Wall:

-Sẽ không một ai bị bỏ lại phía sau. Đây là cơ hội cho tất cả. Chúng ta sẽ xây dựng một thế giới công bằng và quyền con người được tôn trọng.

Đại-đế chưa hết cáu:

-Một kiểu thực dân mới. Bọn chúng không tìm kiếm tài nguyên thiên nhiên, không xâm chiếm lãnh thổ, nhưng bọn chúng thâu tóm trí tuệ nhân loại.

Người Do Thái ở phố Wall:

-Thuận mua vừa bán là phương châm của chúng tôi.

Thiên-tử:

-Bọn chúng tạo ra xu hướng và áp lực con người bằng xu hướng. Thế giới do bọn chúng nhào nặn.

Người Do Thái ở phố Wall cúi đầu tạ ơn Chúa rồi nói:

-Và Thượng đế thấy điều ấy là tốt đẹp. Người phán: Đó là ngày thứ tám.

Tiếng từ đám đông:

-"Hoan hô Chúa trên các tầng trời. Chúc tụng Đấng nhân danh Chúa mà đến."

Tôi nói với Colby:

-Thời của các tiên tri giả và quỷ vương ra đời. Các ông đánh tráo địa ngục thành thiên đường.

Colby cười:

-Địa ngục có rất nhiều tầng. Anh sẽ chọn tầng nào?

Tôi rủa:

-Ma quỷ bắt ông.

Colby không tha cho tôi:

-"Tầng trệt thiên đường" (3) hay "tầng đầu địa ngục" (4) cũng không khác nhau mấy. Tuy nhiên, về mặt ngữ nghĩa hay danh nghĩa thì "tầng trệt thiên đường" vẫn có lý hơn, phải không?

Tôi không thể cãi.

Ngự:

-Em sẽ quay lại Sài Gòn sống.

Tôi hỏi:

-Chán núi non rồi sao?

Ngự:

-Em muốn thay đổi. Cái tẻ nhạt và lười biếng của Đà Lạt mài nhẵn mọi giác quan và cảm xúc của em. Nó là một nơi để chết.

Tôi hỏi:

-Anh được bao nhiêu phần trăm trong quyết định xuống núi của em?

Ngự:

-Anh muốn bao nhiêu thì được bấy nhiêu.

Ngự thông minh hơn tôi. Đó cũng là điều khiến tôi thích Ngự.

Tôi:

-Anh sẽ chăm sóc em.

Ngự:

-Em tự lo liệu được.

Colby:

-Phụ nữ Việt Nam bao giờ cũng đi trước đàn ông Việt Nam ít nhất ba bước.

Tôi cười:

-Ông cũng có nhiều kinh nghiệm ở Việt Nam nhỉ.

Colby:

-Tất nhiên rồi. Các anh có gần 100 năm sống với nghệ thuật lãng mạn Pháp, cũng không ít năm làm quen với chủ nghĩa thực dụng Mỹ, nhưng các anh vẫn cứ Nhất Linh nửa mùa cách mạng hoặc Chí Phèo chung thân bất mãn.

Tôi:

-Mả mẹ ông.

Colby:

-Tôi có hiểu lắm.

Tôi:

-Cho ông điểm A.

Colby:

-Đến lúc tôi phải đi rồi. Good bye. Nhớ cảnh giác với thằng hàng xóm, coi chừng nó cướp mất vợ. See you again.

Khi người Do Thái ở phố Wall đã chìm lẫn vào trong đám đông thì cũng là lúc Colby xuất hiện trở lại trên sân khấu.

Colby:

-Thưa các bạn, tôi mới ở Việt Nam về. Tôi đã đánh hơi được Hắn. Hắn có mùi xì dầu. Cả mùi tương chao và mùi phô mai. Mùi vịt quay và mùi beefsteak. Mùi rượu nếp và mùi whisky.

Tiếng từ đám đông:

-Phức tạp quá.

Một người không ai biết nói lớn:

-Có cách nhận dạng khác hay một định nghĩa đơn giản về Hắn không?

Colby:

-Không thể nào.

Người không ai biết:

-Tại sao?

Colby:

-Bởi vì tôi cũng chưa từng nhìn thấy Hắn. Chúng ta không thể nhận dạng hay định nghĩa về cái ta không chắc.

Người không ai biết:

-Vậy ông lấy gì để cả quyết là có Hắn?

Colby:

-Tôi cũng không biết.

Tiếng từ đám đông:

-Chính Hắn. Bắt lấy nó... Bắt lấy nó...

Colby chưa kịp phản ứng thì người không ai biết ấy đã biến mất. Như Hắn chưa từng xuất hiện. Mối hoài nghi về sự hiện hữu của Hắn càng trở nên đáng tin hơn nhưng cũng đầy bí ẩn.

Văn trên sân khấu, Colby:

-Đấy, tôi đã nói rằng tôi ngửi thấy Hắn. Giờ thì tôi có thể nói rõ hơn, Hắn cũng như chúng ta.

Một người đeo kính đen không ai biết nói:

-Có thể Hắn đến từ một thế giới khác.

Colby:

-Chúng tôi không có bằng chứng cụ thể nào về những thế giới khác. Tuy nhiên, trí tuệ con người đã tưởng tượng ra các sinh vật ngoài trái đất, cũng như những thế giới mơ hồ ngoài thế giới chúng ta đang sống, điều ấy cho phép chúng ta có thể tin vào những gì con người nghĩ ra. Bởi cái con người nghĩ ra biết đâu cũng là một thực tại ở một dạng thức khác.

Người đeo kính đen không ai biết ấy tiếp:

-Có thể CIA và quân đội Mỹ đã che giấu thông tin chăng?

Colby:

-Không có lý do để chúng tôi che giấu.

Người đeo kính đen không ai biết ấy lại tiếp:

-Nhưng chúng ta vẫn có cách tìm ra Hắn?

Colby:

-Có thể bằng trực giác hay linh giác.

Bất chợt, có tiếng từ đám đông hét lên:

-Chính Hắn. Bắt lấy nó... Bắt lấy nó...

Trong lúc Colby còn bàng hoàng bất động trên sân khấu thì Nó biến mất. Bất thần như cách Nó đến.

Đám đông khán giả nhốn nháo hoang mang nhìn nhau nghi ngờ. Ai có thể là Hắn? Ai có thể là Nó? Họ đánh hơi nhau. Mùi xì dầu, mùi tương chao, mùi phô mai, mùi vịt quay, mùi beefsteak, mùi rượu nếp, mùi whisky phảng phất.

Một người đầu trọc không ai biết, khinh bỉ nói trống không:

-Toàn bọn tầm phào.

Mọi người quay lại nhìn anh ta. Soi mói.

Một ai đó lắp bắp:

-Hắn... Hắn... Hắn...

Không ai bảo ai, mọi người cùng la lên:

-Chính Hắn.

Người ta quây người đàn ông đầu trọc vào giữa:

-Giết Hắn. Giết Hắn.

Rồi họ lột quần áo anh ta, vừa đánh vừa rủa sả:

-Mi hả... mi làm cha người ta hả...

Người đàn ông đầu trọc không thể biện bạch hay bào chữa. Anh ta một tay che đầu một tay che dái. Giữa những tiếng kêu ái, ối vì đau...thỉnh thoảng anh ta mới nói được:

-Không phải tôi. Không phải tôi.

Càng chối, người đàn ông đầu trọc bị lột trần truồng càng bị đánh dữ dội hơn. Khi "Hắn" chỉ còn là một cái xác mềm nhũn nằm sóng soài dưới đất, một vài kẻ hung tợn vẫn lấy chân đạp lên cái thân xác không còn linh hồn ấy.

Trên sân khấu, Colby buồn rầu nói:

-Các bạn đã giết người.

Giống như quan tổng trấn Pontius Pilatus khi xưa trước cái chết của "Đấng nhân danh Chúa mà đến", Colby:

-Tôi vô can trước sinh mệnh của người này.

Nói xong, Colby bước xuống khỏi sân khấu.

Nhà thờ Đức Bà ở Sài Gòn buông một hồi chuông gọi hồn. Tôi và Ngự ngồi dưới tiếng chuông.

Tôi:

-Linh hồn con người là một đoạn ký ức giữa lưng chừng thời

gian. Không có khởi đầu, cũng không có kết thúc.

Ngự:

-Anh nói chuyện đó với em làm gì?!

Tôi:

-Bỗng dưng anh buồn quá. Và anh nghĩ linh hồn con người nếu có thì cũng không nên tồn tại sau khi chết.

Ngự:

-Anh cũng quan tâm về Hắn sao?

Tôi:

-Không. Anh chỉ nghĩ nếu anh chết thì hãy cho anh chết trọn vẹn. Không một cái gì còn lại, kể cả linh hồn.

Ngự:

-Chúng ta không biết gì về đời trước cũng như đời sau của mình, thì ngoài hiện tại, có gì tồn tại.

Tôi:

-Xem ra những bận tâm này nọ về nghiệp báo hay luân hồi cũng chỉ là con người tự huyễn.

Ngự:

-Vì thế, việc của Hắn, Hắn làm. Việc của mình, mình làm. Ôm em, có phải thời gian chỉ là hiện tại?

Tôi:

-Ừ, anh yêu em.

Tôi hôn Ngự. Tiếng chuông đồng hồ ở nhà thờ Đức Bà báo 8 giờ tối.

Ngự:

-Chúng ta sẽ làm gì cho hết đêm? Mai em về lại đồi con ong.

Tôi:

-Anh muốn ôm em suốt đêm.

Ngự:

-Và trước khi mặt trời mọc, cả ngươi và ta đã thuộc về quá khứ.

Ngự cười lớn. Ánh sáng mờ dần cho đến khi không còn gì le lói trên mặt đất.

3.

Quảng trường Thiên An Môn.

Thiên-tử và người Do Thái ở phố Wall dạo bước. Không tiền hô hậu ủng, nhưng họ đi đến đâu, ở đó biển người tự động dạt ra hai bên như đại dương bị chẻ làm đôi. Cứ thế, họ bước đi trong âm thanh rì rầm của làn sóng người trôi dạt.

Thiên-tử:

-Tôi thích quyền tự do sử dụng vũ khí của người dân Mỹ.

Người Do Thái ở phố Wall:

-Vâng, đó là truyền thống Mỹ. Tôi muốn người tiêu dùng có thể mua được súng ống với giá rẻ hơn.

Thiên-tử:

-Chúng tôi có thể giúp người dân Mỹ tự vệ một cách tốt nhất với giá rẻ nhất. Ngoài AK-47 phiên bản Trung Quốc bán chạy nhất hành tinh, chúng tôi tin rằng người Mỹ cũng sẽ rất thích loại súng ngắn QSZ-92.

Người Do Thái ở phố Wall:

-Tôi cũng hy vọng thế. Vũ khí "xã hội chủ nghĩa" là một concept đầy cảm xúc.

Thiên-tử:

-Phải, đó là một từ mê hoặc. Chúng tôi biết điều đó. Vì thế, chúng tôi sẽ không bao giờ từ bỏ nó, cho dù thực chất của chúng tôi thế nào. Xuất khẩu "xã hội chủ nghĩa" mang ý nghĩa sống còn của chúng tôi.

Người Do Thái ở phố Wall:

-Tôi hiểu. Một Trung Quốc thù nghịch là điều cần thiết.

Thiên-tử:

-Các ông sẽ đầu tư chứ?

Người Do Thái ở phố Wall:

-Tất nhiên. Chúng tôi điều hành thế giới này. Và chúng tôi muốn các ông chia sẻ những giá trị cốt lõi mang tính nguyên tắc của mình.

Thiên-tử:

-Ngài nói thử xem.

Người Do Thái ở phố Wall:

-Sản phẩm ấy không chỉ xuất khẩu mà còn được phân phối cho thị trường nội địa. Nói cách khác, chúng tôi muốn người dân Trung Quốc cũng được quyền tự do sử dụng vũ khí tự vệ như người Mỹ.

Thiên-tử:

-Ô, không. Không bao giờ. Tôi không cho phép điều ấy xảy ra. Đây là Trung Quốc.

Người Do Thái ở phố wall:

-Niềm vui của chúng ta, sự giàu có của chúng ta, vinh quang của chúng ta không phải được xây dựng trên những xác chết sao?

Thiên-tử:

-Điều ấy không sai. Càng có nhiều người chết thì niềm vui của chúng ta, sự giàu có của chúng ta, vinh quang của chúng ta càng lớn. Chúng ta cần chiến tranh, nhưng nó phải nằm bên ngoài biên giới.

Người Do Thái ở phố Wall:

-Ngài nói cũng không sai. Nhưng tôi muốn nhắc nhở ngài rằng, thị trường nội địa của ngài thật sự đáng kể. Hơn nữa, xin ngài cũng đừng quên, niềm vui của anh hùng tính nơi con người cũng không kém tính man rợ của nó, vì thế việc sở hữu một khẩu súng sẽ tạo ra sự hưng phấn và tự tin cho bất cứ cá nhân nào. Năng lượng sáng tạo nơi con người sẽ cao hơn, mà không hề tạo ra hỗn loạn. Những vụ khủng bố đôi khi có xảy ra, nhưng thật sự số nạn nhân của nó không là gì so với tai nạn giao thông hay bệnh tật.

Thiên-tử:

-Tôi sẽ cân nhắc.

Người Do Thái ở phố Wall:

-Cung tên, đao kiếm hay súng ống chỉ khác nhau về hình thức theo sự phát triển của thời đại. Bản chất hay công dụng của nó không thay đổi. Chúng ta không đạo đức hơn hay đồi bại hơn.

Thiên-tử:

-Nhân chi sơ tính bản thiện hay nhân chi sơ tính bản ác cũng chỉ là cách nhìn. Các bậc minh sư của chúng tôi đã đi đến tận cùng của lý và sự trong trời đất. Tuy nhiên, chúng tôi vẫn còn những giấc mơ dang dở. Các bậc tiên đế của chúng tôi đã định phận là một "Trung Hoa" của thiên hạ, vì thế bằng cứ cách nào, tâm nguyện ấy phải được hoàn thành.

Người Do Thái ở phố Wall:

-Các ông không sợ Hắn sao?

Thiên-tử:

-Kính nhi viễn chi, ông ạ.

Thiên-tử đi chậm lại. Người Do Thái ở phố Wall đã lỡ bước vượt lên trước. Đám đông tràn qua chia cách họ.

Ngự đã về Đà Lạt. Núi cũng bị lụt. Ngự nhìn mưa qua khói thuốc. Những bản nhạc phản chiến một thời lãng đãng trôi qua. Đà Lạt chiêu hồn tử sĩ.

Ở Sài Gòn, tôi nhìn mưa qua tấm kính. Tượng Đức Mẹ Hòa Bình đơn độc. Những chiếc xe lướt qua. Không ai biết ai.

Thiên-tử một mình đi ngược lại con đường vừa mới đi qua. Đến một ghế đá, ông ta ngồi xuống. Nhìn vào khoảng trống. Mệt mỏi, Thiên-tử ngả đầu lên thành ghế và ngủ thiếp đi. Từng thế kỷ đi qua. Những phế hưng của lịch sử sau lưng ông ta. Khi cơn mưa đổ xuống, Thiên-tử vẫn ngủ.

Tiếng từ đám đông:

-Vạn vạn tuế Mãnh Vương đức độ...

Thiên-tử mở mắt, ngơ ngác nhìn chung quanh. Không có gì. Không một cảnh tượng. Không một âm thanh.

Một mình Thiên-tử đứng giữa khoảng không vô biên. Ông ta hét lên:

-Ta ở đâu?

Không một vọng âm. Tiếng thét của Thiên-tử rơi tõm xuống tịch lặng.

-Đây là đâu?

Vẫn không một vọng âm. Hình ảnh Thiên-tử mờ dần. Rồi mất hút.

Tiếng từ hư không:

-Vạn vạn tuế Mãnh Vương oai hùng...

Đại-đế cưỡi lưng cọp xuất hiện một cách thần thoại. Ông ta bước xuống cúi đầu chào khán giả như một diễn viên. Đám đông vỗ tay vang dội cùng lúc hậu cảnh thay đổi.

Dưới chân Vạn lý trường thành, những bộ xương thú sắp đặt chồng chất tạo ra một quái thú khác.

William Colby xuất hiện theo một cách khác không kém phần ấn tượng. Từ dưới đất chui lên như ảo thuật, ông ta điệu nghệ cúi đầu chào khán giả.

Colby giơ ngón tay cái chúc mừng Đại-đế:

-Một thợ săn vĩ đại.

Đại-đế:

-Cám ơn. Săn thú là một thú vui tuyệt đỉnh.

Colby:

-Và không dành cho những kẻ yếu bóng vía.

Đại-đế:

-Tôi đã đi khắp mặt đất. Cảm giác cả thế gian thuộc về mình không gì sánh nổi.

Colby:

-Đúng thế. Một cảm giác thần thánh.

Đại-đế:

-Yes sir. Hủy diệt thế giới và tái tạo thế giới là công việc của Thượng đế.

Colby:

-Và chúng ta đã làm được điều ấy.

Đại-đế:

-Chúng ta đã làm được điều ấy.

Colby bỗng thay đổi thái độ và cách nói:

-Và rồi chúng ta chết.

Đại-đế:

-Không, chúng ta sống mãi trong sự đần độn của nhân loại.

Colby:

-Con người không thể sửa chữa.

Đại-đế:

-Nhưng con người vẫn cần được dạy dỗ.

Colby:

-Nền giáo dục của chúng tôi ưu việt.

Đại-đế:

-Cũng chỉ tạo ra bọn người như ông.

Colby:

-Chúng tôi biết hưởng thụ và chúng tôi biết cống hiến.

Đại-đế:

-Chúng tôi tạo ra thiên đường và địa ngục.

Thình lình Thiên-tử giáng xuống trần gian, theo cách con của trời:

-Chúng tôi bình thiên hạ và thiên hạ thái bình.

Rồi cả ba cùng hòa điệu:

-Chúng ta tạo nên thế giới này.

Tiếng từ đám đông:

-Vạn vạn tuế Mãnh Vương oai hùng...

-Vạn vạn tuế Mãnh Vương đức độ...

Không có ai tung hô mình, Colby vẫn hùng hồn tự hát lên:

-"... And the rocket's red glare, the bombs bursting in air,
Gave proof through the night that our flag was still there,
O say does that star-spangled banner yet wave
O'er the land of the free and the home of the brave?" (5)

Cả thế giới nghiêm trang lắng nghe, tuy nhiên người ta vẫn nhìn thấy đây đó những kẻ ngồi ngoáy mũi.

Thiên-tử:

-Chúng tôi thừa tự do và lòng dũng cảm.

Đại-đế:

-Chúng tôi cũng thế.

Đúng lúc ấy, con cọp của Đại-đế gầm lên. Khán giả sợ hãi. Một số người nhát gan bỏ chạy. Con cọp lại gầm lên dữ dội hơn. Cả đám đông bỏ chạy.

Người Do Thái ở phố Wall bước lên sân khấu, trấn an:

-Các bạn hãy bình tĩnh. Đây chỉ là một con cọp máy thôi. Chính tôi đã cho chế tạo nó.

Đám đông khựng lại.

Colby:

-Nó chỉ để hù dọa những kẻ khiếp nhược.

Đại-đế tỏ ra không vui:

-Nhưng các bạn đừng quên, người cưỡi nó có thể làm cho những kẻ liều lĩnh nhất cũng phải run rẩy.

Thiên-tử vuốt râu, cười ruồi:

-Tôi cũng phải giả vờ sợ hãi.

Colby và người Do Thái ở phố Wall cười rũ rượi. Nhưng Đại-đế bắt đầu cáu:

-Tôi sẽ nuốt chửng cả thế giới.

Thiên-tử:

-Ông bạn coi chừng, con người có dư lượng chất tạo nạc trên 300% mức độ cho phép.

Đại-đế:

-Sá gì.

Thiên-tử:

-Con người cũng có máu điên.

Đại-đế:

-Đó là tố chất của anh hùng.

Colby và người Do Thái ở phố Wall càng cười lớn. Thiên-tử cũng cười. Cả đám đông cười theo. Đại-đế nhìn chung quanh không hiểu chuyện gì đang xảy ra, rồi ông ta cũng bất giác cười theo như mọi người.

Cho tới khi cơn điên qua đi, không ai biết tại sao mình cười.

Một người không ai biết:

-Có gì đáng buồn cười nhỉ?

Một người khác nữa:

-Chúng ta đang sống ở đâu thế này?

Không ai trả lời họ.

Dường như người đã từng bị đánh chết sống lại, anh ta bỉ bôi:

-Bận tâm làm gì.

Tiếng từ đám đông:

-Chúng tôi cần có cái ăn.

Người từng bị đánh chết nói:

-Chúa không làm phép lạ nữa.

Tiếng từ đám đông:

-Chúng tôi cần có chỗ để ngủ.

Người từng bị đánh chết nói:

-Tang điền biến vi thương hải.

Bấy giờ Đại-đế lên tiếng trở lại:

-Các bạn chỉ cần biết cách chết.

Thiên-tử tán đồng:

-Đúng vậy, thưa các bạn. Khi nào thì nên chết và chết như thế nào mới chính là vấn đề của các bạn.

Đại-đế:

-Tôi có thể giúp các bạn chết nhanh nhất và đơn giản nhất.

Thiên-tử:

-Tôi cũng có cách giúp các bạn chết đồng loạt và hiệu quả. Chúng tôi có nhiều kinh nghiệm về việc này.

Người Do Thái ở phố Wall nói với Colby:

-Bọn chúng buôn bán xương máu nhân dân.

Colby:

-Vụ này kiếm ăn được, ông đồng ý không?

Người Do Thái ở phố Wall:

-Ừ, tôi muốn đầu tư một nhà máy sản xuất vũ khí cá nhân ở Trung Quốc, nhưng Thiên-tử không chấp nhận cho tiêu thụ tại thị trường trong nước. Ông có cách nào giúp tôi không?

Colby nói chắc nịch:

-Cần phải xây dựng một chiến lược mới làm thay đổi tư duy đạo đức của con người trước khi xây dựng những nhà máy sản xuất vũ khí giết người.

Người Do Thái ở phố Wall:

-Ai có thể làm được việc đó?

Colby:

-Bọn rảnh rỗi như các nhà văn, nhà báo, nhà làm phim, các tu sĩ dở hơi nhưng nhiều tham vọng.

Người Do Thái ở phố Wall:

-Tôi không mường tượng được họ sẽ làm như thế nào.

Colby:

-Cũng dễ thôi. Bơm vào máu nhân dân một loại ảo vọng quyền lực của lãnh tụ và trào lưu hóa những mô hình cảm xúc. Ảo vọng quyền lực của lãnh tụ sẽ giúp nhân dân thích giết người và trào lưu hóa những mô hình cảm xúc sẽ khiến nhân dân có những cảm xúc giống nhau. Việc giết người trở thành niềm vui mạnh mẽ và vô tội trong luân lý.

Người Do Thái ở phố Wall gật gù:

-Tôi hiểu rồi. Với chính sách cải cách ruộng đất và cuộc cách mạng văn hóa, Mao Trạch Đông đã rất thành công khi tạo cho giai cấp nông dân, cũng như bọn hồng vệ binh cái cảm xúc tuyệt đỉnh của việc thủ dâm quyền lực, bằng quyền hành hạ và sinh sát người khác.

Colby:

-Đúng thế. Hãy cho bọn công nông cái ảo tưởng quyền lực rằng thế giới thuộc về họ. Thì linh hồn bọn công nông ấy sẽ thuộc về mình.

Người Do Thái ở phố Wall:

-Xem ra một người vĩ đại với một kẻ láu cá cũng không khác gì nhau.

Colby:

-Nhưng tôi thích một kẻ láu cá như ông hơn.

Tôi nhớ có lần cùng Ngự ngồi trên tầng 2 của chiếc xe bus đi tour quanh thành phố. Nhìn dòng chảy cuộc sống bên dưới, ở vị trí người quan sát, cái cảm giác của người ngoài cuộc khá thú vị. Tôi nói với Ngự:

-Con người chỉ thật sự vĩ đại khi biết hy sinh cho người khác.

Ngự:

-Em cũng nghĩ vậy. Sự vĩ đại không phải là độc quyền của vua chúa. Những công trình lớn lao và bền vững trên mặt đất đều là sản phẩm của sự vị kỷ và tàn ác.

Tôi:

-Anh yêu sự giản dị trong cuộc sống. Và anh yêu em.

Ngự:

-Không phải là em khó tính sao?

Tôi:

-Anh không thích dùng từ "chắt lọc" nhưng chính vì em không khoan nhượng với cái tầm thường và điều đó làm cho em trở nên sang trọng một cách tự nhiên, đơn giản.

Ngự:

-Anh có thiên vị quá không?

Tôi:

-Tính cách ấy càng ngày càng ít ỏi bởi người ta càng lúc càng dễ thỏa hiệp hơn.

Ngự:

-Em không quí hiếm đến thế đâu.

Tôi vòng tay ôm Ngự. Và tôi muốn nâng niu tất cả những gì

là Ngự.

Khi chúng tôi xuống xe và hòa vào đám đông, cái cảm giác khác biệt vẫn còn nguyên, tôi không muốn lạc mất Ngự.

Tôi dẫn Ngự đến tiệm chuyên bán bật lửa, nằm kín đáo trong một con hẻm bên khu Tân Định, cả cửa hàng và những món hàng đều giống như một bộ sưu tập. Ngự chọn một cái hiệu Givenchy. Sau đó, chúng tôi ra khu cầu Ông Lãnh mua ít nến thơm và trầm.

Ngự:

-Em rất thích. Cám ơn anh.

Tôi:

-Đà Lạt sẽ ấm hơn.

Ngự:

-Em nghiện mùi trầm, nhưng sợ có ngày những cây nến ấy sẽ đốt cháy em.

Tôi:

-Để xa màn gió và những vật liệu dễ cháy.

Ngự:

-Chúng ta có thể chọn cách chết được không?

Tôi:

-Anh nghĩ là không. Nhưng chúng ta có thể chọn cách sống.

Ngự:

-Chúng ta cũng không có mấy tự do để chọn.

Tôi:

-Chỉ có tự do khi chúng ta tự tại.

Ngự:

-Sống được như mình muốn cũng là một kiểu vĩ đại.

Tôi cười:

-Ừ. Có khi chẳng nghĩ gì lại vĩ đại hơn.

Ngự cũng cười:

-Chúng ta tự làm khổ mình.

Tôi:

-Chẳng những thế, con người cũng luôn tự làm khổ nhau, một cách vô lý và vô nghĩa.

Ngự:

-Và điều ấy đã tạo ra những con người được gọi là vĩ đại.

Trong góc xa của sân khấu, Colby hỏi người Do Thái ở phố Wall:

-Ông nghĩ Mao Trạch Đông láu cá à?

Người Do Thái ở phố Wall:

-Không chỉ riêng ông ấy, bọn làm chính trị đều láu cá.

Colby:

-Dẫu sao cũng có cái gọi là chính nghĩa hoặc phi nghĩa.

Người Do Thái ở phố Wall:

-Chính nghĩa hay phi nghĩa là quyền lực của thông tin tuyên truyền. Và cũng là quyền lực của kẻ thắng. Tôi không tin con người tử tế.

Colby:

-Vậy thì ông chiến đấu vì cái gì?

Người Do Thái ở phố Wall:

-Tôi không chiến đấu. Tôi tìm kiếm lợi nhuận. Tôi không có phe.

Colby chua chát:

-Ông đúng. Con người không có tư cách để phán xét nhau.

Người Do Thái ở phố Wall:

-Nhưng tôi tin vào hạnh phúc. Cũng như tin sự đau khổ.

Colby:

-Ông có hạnh phúc không?

Người Do Thái ở phố Wall:

-Cảm xúc là một thứ bất định. Đôi khi tôi cũng tự hỏi tôi điều ấy.

Colby:

-Ông không thắc mắc gì về tôi?

Người Do Thái ở phố Wall:

-Không. Tiền bạc định nghĩa con người, nếu ông không tự định nghĩa được mình.

Colby:

-Dường như triết học bây giờ không phải là việc của bọn rảnh rỗi.

Người Do Thái ở phố Wall:

-Đừng tin bọn rảnh rỗi và cũng đừng tin bọn không tự nuôi được bản thân đại loại như Karl Marx.

Colby:

-Ok. Một thảm họa nhân loại. Giờ ông sẽ làm gì?

Người Do Thái ở phố Wall:

-Tôi tiếp tục đi kiếm tiền. Còn ông?

Colby:

-Tôi dọn đường cho ông.

Họ bắt tay nhau và rời khỏi sân khấu.

4.

Times Square, New York.

Trên một màn hình lớn, Amanda Gorman đọc thơ trong buổi nhậm chức của Tổng thống Mỹ Joe Biden:

-When day comes we ask ourselves

Where can we find light in this never-ending shade?

The loss we carry,

A sea we must wade...

Dưới đường, Amanda Gorman đứng lẫn lộn trong đám đông và bị một tên mật vụ theo dõi. Cảnh sát không tin cô ta bởi màu da của cô ấy.

Tôi nói với Ngự:

-Văn chương không cứu rỗi được cô ấy. Văn chương, nó rẻ

rúng như một chùm khế ngọt, xám xí như một cơn mưa phùn, nặng lòng như một nỗi đau, cay đắng như một sự phản bội và hân hoan như một nụ hôn đầu... Văn chương, nó không trọng đại như ta tưởng.

Ngự:

-Văn chương là cái đôi khi.

Bất chợt, Colby xuất hiện:

-Hoan nghênh các bạn đến nước Mỹ.

Tôi:

-Chúng tôi vẫn đang ở Sài Gòn.

Colby:

-Có gì lầm lẫn ở đây, tôi không hiểu. Anh hay tôi?

Tôi:

-Tôi nghĩ là lỗi hệ thống. Ông nhìn xem, đây là phố đi bộ Nguyễn Huệ, nhưng ông vẫn có thể ngồi Starbucks.

Colby:

-Yes sir, gái Việt Nam rất đẹp. Tôi nghe mọi người nói thế.

Ngự:

-Ông có biết câu ngạn ngữ "cái nết đánh chết cái đẹp" của người Việt không?

Colby:

-Vâng, tôi có nghe. Vì thế, tôi biết phụ nữ Việt Nam đẹp cả người và nết.

Ngự:

-Thế mà chúng tôi vẫn được rao bán đấy.

Colby:

-Bọn con buôn ấy thì chúng tôi quá biết. Bọn họ cũng chỉ là sản phẩm của lỗi hệ thống.

Tôi:

-Tôi vẫn tự hỏi tại sao bọn khốn ấy vẫn tồn tại, bất chấp sự tiến hóa của văn minh.

Colby:

-Đấy là vấn đề của các anh.

Tôi:

-Tôi biết, bởi vì chúng tôi đã không làm gì. Chúng tôi mặc kệ. Nhưng tôi vẫn cảm thấy không hẳn thế, có điều gì đó phổ quát hơn thuộc về bản chất con người, hay bản chất của nền văn minh mà tình trạng của chúng tôi chỉ là một điển hình.

Ngự:

-Đó là sự yếu đuối và sợ hãi không thể kiểm soát. Con người không thể không đánh mất phẩm giá vì sự yếu đuối và sợ hãi trước những an nguy của mình. Các ông biết rõ điều này hơn chúng tôi.

Colby:

-Vâng, tất cả những ai có quyền lực đều biết thế và họ tận dụng nó để thống trị. Làm thế nào để không yếu đuối và sợ hãi là điều không dễ dàng. Chúng tôi vẫn đang dẫn dắt nhân loại đi về phía trước. Nhưng bản thân tôi, thật tình tôi cũng không tin có gì hứa hẹn ở phía trước ấy, ngoài việc cố tránh những rủi ro do chính con người tạo ra, cho đến khi chúng ta va chạm với một nền văn minh khác, khi ấy mới có hy vọng.

Ngự:

-Niềm hy vọng ấy là gì?

Colby:

-Tôi cũng không biết chắc. Không ai biết chắc.

Tôi:

-Ông cũng hơi mơ mộng nhỉ. Còn Hắn thì sao?

Colby:

-Anh tin có Hắn à?

Tôi:

-Tôi không biết. Nhưng tôi cũng không thể xác quyết không có Hắn.

Ngự:

-Hắn có phải là sản phẩm hư cấu của các ông không?

Colby cười lớn:

-Chúng tôi có thể tạo ra hiện tượng, nhưng không thể tạo ra hay thay đổi bản chất.

Ngự:

-Ông nghĩ Hắn là bản chất của chúng ta?

Colby:

-Không. Tôi không định nói vậy. Hắn có thể là một cá thể độc lập.

Ngự:

-Và có thể chi phối chúng ta?

Colby:

-Vâng, có thể. Đấy là điều khiến chúng tôi phải lo nghĩ.

Tôi:

-Và ông đến Việt Nam vì điều ấy?

Colby:

-Như tôi từng nói, tôi ngửi thấy mùi Hắn ở đây.

Tôi đùa:

-Ông ngửi tôi xem.

Colby:

-Anh có mùi của cô gái này.

Ngự:

-Tôi nồng đến thế sao?

Colby:

-Có thể đầu độc một nửa nhân loại.

Ngự:

-Người Mỹ muốn đua chức quán quân nịnh đầm à?

Colby cười:

-Không, người Mỹ là thế.

Tôi:

-Mỹ đang là một đế quốc văn hóa. Và tôi nghi ngờ về tương lai nhân loại.

Colby:

-Toàn cầu hóa là cơ hội bình đẳng cho mọi quốc gia.

Tôi:

-Không. Nó đưa nhân loại trở lại thời kỳ mông muội. Một thứ vương quyền khác sẽ được thiết lập theo tiêu chuẩn Mỹ.

Colby:

-Tôi lại phải nhắc lại với anh, dù thế nào thì tầng trệt thiên đường vẫn hơn tầng đầu địa ngục.

Tôi:

-Con người không thoát được vòng luẩn quẩn.

Colby xòe tay và lắc đầu ra vẻ phân trần:

-Cho tới khi chúng ta có một đấng cứu thế khác.

Ngự:

-Và đó là Hắn?

Colby:

-Tôi không biết. Một đấng cứu thế hay một quỉ vương đều có thể.

Tôi:

-Chúng ta cần làm gì?

Colby:

-Hỏi Samuel Beckett.

Ngự:

-Coi bộ ông cũng không thiếu khiếu hài hước nhỉ.

Colby cười vui vẻ:

-Cô biết triết lý của sự u mặc mà.

Ngự:

-Ok. Đó là một giải pháp.

Tôi:

-Chúng tôi có thể mời ông một bữa cơm Việt Nam?

Colby:

-Tôi rất vui.

Tôi:

-Bà Cả Đọi (6) của chúng tôi đã chết trên con đường này. Ông Obama (7) của các ông cũng không làm tổng thống nữa để ăn bún chả Hà Nội, nên tôi sẽ mời ông đặc sản Nam bộ. Quanh đây có rất nhiều làng nướng, ông sẽ thoải mái làm một chuyến du lịch sông nước đồng bằng.

Colby:

-Thanks. Tôi thích lẩu mắm.

Làng nướng Nam bộ. Trên bàn ăn có món lóc nướng trui, tôi nói với Colby:

-Tôi thích cảnh tượng trên ruộng lúa với những kẻ đi khai hoang thời mở cõi của Chúa Nguyễn. Có lẽ món chuột đồng và cá lóc nướng trui là quà tặng đầu tiên của Thượng đế cho những kẻ lang bạt này. Nhưng ông yên tâm, tôi sẽ không mời ông món thịt chuột.

Colby:

-Vâng, có những thứ không thể nuốt được.

Trên màn hình TV, cùng lúc Thiên-tử và Đại-đế xuất hiện trên diễn đàn Đại hội đồng Liên Hiệp Quốc. Họ đang tranh luận về sự biến đổi khí hậu.

Thiên-tử:

-Chúng ta đang làm một việc vô ích.

Đại-đế:

-Tất cả mọi nỗ lực sẽ bằng không khi chúng ta cho nổ bom hạt nhân. Nhưng tôi thích điều này.

Colby:

-Bọn chuột cống.

Tôi:

-Đúng là có những thứ không thể nuốt được.

Ngự nói với Colby:

-Tuy nhiên, tôi không cảm thấy mất ngon trong bữa ăn này đâu. Tôi không thích diễn viên hài, nhưng tôi cũng thích lẩu mắm như ông vì nó có nhiều rau.

Tôi:

-Lẽ ra con người nên ăn chay.

Colby:

-Tôi không cho rằng đó là ý tưởng hay. Ăn chay không cứu được thế giới, cũng không cứu được bản thân. Lẩu mới là một sáng kiến thiên tài.

Ngự cười:

-Ha... ha... chẳng khác gì một kiểu toàn cầu hóa ẩm thực.

Colby cũng cười:

-Đấy, một khuynh hướng tiến hóa tự nhiên.

Tôi:

-Và càng ngày càng hỗn độn.

Ngự:

-Bấn loạn nữa.

Colby:

-"Quân tử hòa nhi bất đồng, tiểu nhân đồng nhi bất hòa", các bạn biết mình ở đâu mà.

Tiếng của Thiên-tử từ cái TV treo trên tường vọng xuống:

-Một thế giới hòa bình và an lành là một thế giới của những quân vương đức độ.

Tiếng vọng từ đám đông:

-Vạn vạn tuế Mãnh Vương đức độ.

Tôi:

-Con người tiến hóa không đều.

Colby:

-Cũng không thể khác. Có thể món lẩu đã xuất phát từ xa xưa của Trung Hoa, nhưng các bạn cũng đã có một thứ lẩu mang tất cả tinh hoa của miền sông nước đồng bằng Nam bộ, rất đặc sắc.

Ngự:

-Một thế giới hòa thuận.

Colby:

-Vâng. Mỗi một lãnh tụ nên là một đầu bếp.

Tôi cười lớn. Nhưng không nói thêm (8). Chúng tôi đồng cảm.

Tôi hỏi Colby:

-Ông đã từng là một đầu bếp chứ?

Colby:

-Một công việc hàng ngày khi tôi ở nhà.

Ngự:

-Tôi thích mẫu đàn ông giỏi việc nước đảm việc nhà như ông.

Colby:

-Vâng, chúng tôi khác với phần lớn đàn ông châu Á.

Tôi:

-Có lẽ tôi phải học tập ông.

Colby:

-Cũng không nhất thiết phải thế. Làm hài lòng cô gái này mới là điều quan trọng.

Tôi:

-Tất nhiên. Tôi được sinh ra cho cô ấy.

Colby:

-Đồng ý. Hình như mỗi chúng ta đều được sinh ra vì một ai đó. Đó là một bí nhiệm của cuộc sống.

Ngự hỏi Colby:

-Nếu ông có dăm ba mối tình trong đời, thì ông được sinh ra

cho người đàn bà nào trong những mối tình ấy?

Colby:

-Một câu hỏi thú vị. Đây là câu trả lời của tôi. Quả thật, tôi cũng đã có vài mối tình trong đời và có thể tôi cũng sẽ có vài đời vợ, nhưng tôi cho rằng tôi chỉ thuộc về một người, mặc dù tôi vẫn có thể hạnh phúc với nhiều người khác nhau.

Ngự:

-Câu trả lời của ông được chấp nhận. Tuy nhiên, tôi lại nghĩ, mỗi người chúng ta được sinh ra chẳng phải vì ai cả. Con người được sinh ra vì chính họ. Và mỗi người phải tự vác thánh giá của mình.

Colby:

-Cô cũng không sai. Đó là cách mỗi chúng ta nhìn nhận cuộc sống này. Nền văn minh mà chúng ta hướng tới chính là tôn trọng sự khác biệt.

Tôi cầm chai rượu lên:

-Sao lại nghiêm trọng thế nhỉ? Vấn đề của chúng ta bây giờ là phải uống hết chai rượu này trước khi Hắn đến.

Colby:

-Hắn sẽ không đến hôm nay.

Ngự:

-Có vẻ như điều gì ông cũng biết chắc?

Colby:

-Không. Tôi không biết gì hết. Tôi chỉ muốn cô vui, hãy vui trước khi quá muộn, theo tất cả mọi nghĩa, mọi tình huống.

Rồi họ cụng ly và uống cho đến khi họ tan biến dần vào đám đông. Trên bàn vẫn còn những thức ăn thừa, chén dĩa, chai rượu cạn...

5.

Trụ sở Liên Hiệp Quốc. Phòng họp đại hội đồng.

Tôi đã đến đó trong một ngày vắng lặng. Bàn ghế trống. Đại biểu của các quốc gia đã bỏ về từ hai hôm trước, sau một cuộc tranh cãi gay gắt về qui chế của Hội đồng Bảo an, đặc biệt là vai trò và quyền hạn của các thành viên thường trực, đã dẫn đến việc tẩy chay của tất cả các đại biểu ngoài hội đồng đó đang có mặt trong hội nghị.

Dư âm của những tiếng nói phản đối bất công đã gây chấn động khắp thế giới và còn vang vang trong hội trường. Tôi ngồi xuống một chiếc ghế. Một con người nhỏ nhoi của mặt đất này giữa diễn đàn lớn nhất và quan trọng nhất của thế giới. Một vô nghĩa trong muôn vàn những ý nghĩa mà cái cơ quan này muốn nhắm tới. Con người vẫn luôn luôn vô danh. Vẫn luôn luôn vắng mặt. Và tôi ngồi đó, âm vang của chiến tranh và đói khổ hiện trên màn hình, xuất lộ trên mọi hàng ghế bỏ trống. Tiếng nói của súng đạn vẫn là tiếng nói có thẩm quyền nhất.

Việc tôi cần phải làm và không thể không làm là tìm một cái restroom. Và tôi đã để lại một di chỉ ở đó. Ngồi trên cái bồn cầu sạch sẽ, tôi đã nghĩ thế giới này cần có một nền văn minh restroom đồng bộ với một nền nhân văn về cái ăn, mà con người thiếu thốn. Nó quan trọng hơn mọi cuộc cách mạng và khẩn thiết hơn mọi cuộc chiến tranh hay hòa bình. Liên Hiệp Quốc đã lãng phí vào những chuyện vô bổ.

Khi đến chỗ rửa tay, tôi đã thấy Đại-đế và Thiên-tử ở đó. Họ cũng đang rửa tay. Có một người nữa nhìn không rõ, ăn mặc theo kiểu La Mã xưa, tôi đoán là Pontius Pilatus. Ông ấy cũng đang rửa tay. Những kẻ giết người đều rửa tay. Một người vừa đi ị xong như tôi cũng cần phải rửa tay. Một bàn tay sạch sẽ là điều cần thiết để giữ gìn sức khỏe. Đây là cơ duyên cho một người vô danh như tôi đã gặp những con người của lịch sử, nhưng tôi có điều gì để nói với họ? Trong cái restroom này, tôi cũng như họ. Và tôi nghĩ, những tư tưởng lớn lao nhất của con người có thể đã hình thành từ trên cái bồn cầu, nơi con người vừa phải đối diện với sự thật vừa được ơn cứu thoát.

Bỗng Pilatus cất tiếng:

-Cái thế giới này chẳng có gì thay đổi từ vụ án năm xưa tôi đã xử. Con người vẫn phải chết vì sự thật.

Thiên-tử:

-Vâng, chỉ có một sự thật từ miệng của những người như chúng ta.

Tôi xen vào:

-Miệng của người đã bị các ông xử chết cũng đã nói thế, "Ta là đường, là sự thật...".

Đại-đế hỏi tôi:

-Anh là ai?

Tôi cười cười:

-Tôi không phải vua Do Thái.

Đại-đế nhìn tôi trân trối:

-Vậy anh là ai?

Tôi:

-Tôi vô danh. Tôi là đám đông.

Thiên-tử:

-Đấy là bọn làm loạn.

Tôi tiếp lời Thiên-tử:

-Khi cần.

Thiên-tử:

-Chúng tôi không tha thứ.

Tôi:

-Các ông cũng không được tha thứ.

Pilatus:

-Đấng có thể tha thứ đã chết.

Đại-đế:

-Và không một ai sống lại.

Thiên-tử:

-Giờ đây chỉ còn chúng ta.

Tôi:

-Và cái restroom này.

Đại-đế:

-Không, ta còn cả cái ngai vàng và một đế quốc rộng lớn.

Thiên-tử:

-Ta cũng còn ngôi báu và một giang sơn gấm vóc bao la.

Pilatus nói với tôi:

-Ngay sau khi rửa tay trong vụ án năm xưa ấy, tôi đã biết tôi không còn gì. Không còn bất cứ điều gì vì tôi đã xử chết một người công chính.

Tôi:

-Ông đáng được tha thứ như tên trộm đã biết hối cải trên thập giá.

Pilatus:

-Không, tôi không đáng được tha thứ vì tôi đã không làm gì sau lỗi lầm của mình. Tôi mị dân. Trò chơi quyền lực là trò chơi của xương máu con người và nó là thứ mê đắm bất khả vãn hồi. Cái chết cũng không thể làm cho người ta trở nên minh triết hơn.

Thiên-tử:

-Thế nào mới là minh triết? Tôi bảo thật, thiên hạ thái bình hay trạng thái cân bằng trong xã hội không đến từ lòng nhân từ. Lão Tử của chúng tôi bảo "thiên địa bất nhân, dĩ vạn vật vi sô cẩu", bậc minh chúa cũng như thiên địa. Đó là đạo.

Đại-đế:

-Ừ... à...

Pilatus:

-Dường như mọi nỗ lực của con người đều vô ích cả. Những bóng ma vẫn ám ảnh con người và những kẻ đã chết mới thật sự dẫn dắt thế giới này.

Tôi:

-Các ông là ma?

Pilatus:

-Bạn thấy có gì khác không?

Tôi không biết nói sao. Tôi cần bước ra khỏi nơi bị ma ám

này, mặc dù tôi không cảm thấy sợ.

Thế giới bên ngoài. Đường phố dày đặc xe cộ. Chúng di chuyển như giả tưởng. Vô hồn. Tôi không biết đi đâu. Thành phố lạnh lùng. Bất chợt một chiếc xe dừng lại, người Do Thái ở phố Wall đứng trước mặt tôi.

-Welcome bạn đến New York.

Tôi:

-Đây là New York sao?

Người Do Thái ở phố Wall:

-Vâng. Sau lưng anh là tòa nhà Liên Hiệp Quốc. Phố Wall của chúng tôi cũng gần đây. Mời anh lên xe đi.

Người Do Thái ở phố Wall mở cửa xe cho tôi. Tuy nhiên, chúng tôi không đến phố Wall mà ông ta đưa tôi trở lại Quảng trường Thời Đại.

Người Do Thái ở phố Wall:

-Đây mới là nơi của anh.

Ngự và Colby đang ngồi trong một quán ăn.

Colby hỏi ngay sau khi tôi ngồi xuống:

-Thế nào? Gặp ma sợ không?

Tôi kinh ngạc:

-Sao ông biết tôi gặp ma?

Colby cười:

-Chỉ có người vô duyên lắm mới không gặp thôi.

Ngự:

-Colby đã kể cho em nghe về những con ma ở đó.

Colby:

-Và đó là điều bình thường.

Tôi:

-Những con ma đó bất biến, phải không?

Colby:

-Có lẽ vậy.

Bất chợt tôi ngộ ra điều gì:

-Đó là Hắn?

Colby:

-Hắn vẫn sống.

Ngự:

-Hắn là tương lai?

Colby:

-Hắn đến rồi.

Bỗng Colby trở nên lo lắng và vội vã:

-Thôi, tôi đi đây.

Ngự và tôi ngồi lại. Người dân New York chuẩn bị đón Noel và năm mới. Cây thông giáng sinh đã được dựng lên. "Nước trời đã đến gần". Niềm hy vọng của con người không bao giờ mất đi bởi con người không thể sống mà không hy vọng. Con người đáng thương.

Tôi nói với Ngự:

-Chúng ta cần phải đi khỏi đây.

Ngự:

-Đi đâu?

Tôi:

-Chúa bảo hãy vào sa mạc.

Ngự cười:

-Hãy leo lên ngọn tháp cao nhất và nhảy xuống, chúng ta sẽ nhìn thấy sa mạc.

Tôi cũng cười:

-Ừ, con đường ngắn nhất để đến đó.

Tuy nhiên, chúng tôi không vào Empire State Building hay một tháp Babel nào. Chúng tôi hòa lẫn vào dòng người háo hức và tất bật trên đường.

Ngự:

-Chúng ta là cát trên sa mạc.

Tôi:

-Anh cũng đang có cảm giác như em. Vừa cô đơn vừa bầy đàn.

Ngự:

-Một thứ sa mạc kỳ lạ em chưa từng trải qua.

Tôi:

-Đừng để lạc nhau.

Và tôi nắm tay Ngự. Cát chạy. Gió lạnh buốt.

Ngự:

-Chúng ta đi đâu?

Tôi:

-Chúng ta không thể đứng lại.

Cả thành phố New York chìm trong cơn bão cát hay tôi cảm thấy thế, tôi cũng không biết. Trong chốc lát, tôi không còn nhìn thấy ai. Đèn đường và đèn trong các ngôi nhà vẫn sáng. Chúng tôi như rơi vào một phế tích.

Tôi:

-Em có nhìn thấy ai không?

Ngự:

-Không thấy ai. Chuyện gì đang xảy ra?

Tôi:

-Hắn đến sao?

Một nỗi xao xuyến hoang mang lớn dần lên cho đến khi tôi thật sự lo lắng. Tôi ôm Ngự đứng nép vào một vách tường.

Ngự:

-Em sợ.

Linh hồn tôi vang lên tiếng từ hoang địa: "Hãy lấp mọi hố sâu và hãy bạt mọi núi đồi, con đường cong queo hãy làm cho ngay thẳng, con đường gồ ghề hãy san cho bằng..." (9)

Tôi:

-Không có gì.

Gió vẫn thổi lạnh buốt. Cát đập vào mặt. Trong chốc lát, quảng trường Thời Đại lại tấp nập người và đầy ắp những âm thanh hỗn độn.

Vẫn cầm tay Ngự, tôi vẫy một chiếc taxi và bước lên. Nước Mỹ không cuồng nộ.

6.

Nhà hát lớn Hà Nội. Sân khấu được thiết kế như ruộng bậc thang với những bó lúa chín vàng thơm ngào ngạt. Khán phòng lạnh cực độ.

Một piano và một saxophone do hai nghệ sĩ đến từ một bản làng trên Sơn La trình tấu. Họ có thể là người H'Mông hoặc người Mèo. Và âm nhạc của họ là tiếng của núi cao và rừng thẳm, của trăng sao và mây ngàn, của dục vọng trần thế và tình yêu trên tầng thanh khí.

Giữa những âm thanh đang làm khán giả ngây ngất ấy của chương hai tấu khúc "Thiên đường và địa ngục", Thiên-tử bước ra từ cánh gà bên phải, ông ta ngơ ngẩn lắng nghe. Rồi Đại-đế cũng bước ra từ phía cánh gà bên kia, mũi ông ta đánh hơi.

Thiên-tử:

-Bồng lai tiên cảnh chỉ có thế này sao?

Đại-đế:

-Không có mỹ nữ thì không có gì cả.

Thiên-tử:

-Tôi đã để lại hơn ba ngàn cung phi cho hậu thế.

Đại-đế:

-Tôi cũng đã để lại cho thế giới này không ít hơn một ngàn hậu duệ.

Âm nhạc tụng ca rộn rã của hai nghệ sĩ hòa theo diễn tiến trên sân khấu.

Thiên-tử:

-Chúng ta thật vĩ đại.

Đại-đế:

-Chúng ta thật huy hoàng.

Thiên-tử:

-Thế rồi chúng ta chết.

Đại-đế:

-Thế rồi chúng ta trở thành lịch sử.

Thiên-tử:

-Chúng ta không chết?

Đại-đế:

-Chúng ta vẫn ở đây.

Thiên-tử:

-Có phải địa ngục không?

Đại-đế:

-Chúng ta tạo ra địa ngục. Nhưng chúng ta sống trên thiên đường.

Thiên-tử:

-Và thần dân tôi vẫn tung hô tôi vạn vạn tuế.

Đại-đế:

-Không, đấy là tiếng vọng của lầm than.

Thiên-tử:

-Không lẽ chúng ta sai lầm?

Đại-đế:

-Chúng ta đã làm đúng những gì cần làm.

Từ hân hoan chuyển qua oán thán, tiếng saxophone nức nở, tiếng piano phẫn nộ.

Bên dưới, khán giả dường như cũng mất bình tĩnh. Nhưng họ vẫn im lặng lắng nghe.

Đại-đế nói tiếp:

-Tôi không có khái niệm sai lầm. Vấn đề chỉ là điều gì tôi muốn hay không muốn.

Thiên-tử gật gù:

-Kẻ lầm lỗi không phải là chúng ta.

Đại-đế:

-Lầm lỗi là sự bạc nhược của con người.

Thiên-tử:

-Ơn giời, Nietzsche đã chết.

Đại-đế:

-Tất cả những ai phản kháng đều chết.

Thiên-tử:

-Tất cả mọi người đều chết.

Đại-đế:

-Chúng ta vẫn sống.

Thiên-tử:

-Tất cả bọn chúng đều chết trong sự bạc nhược của mình.

Đại-đế và Thiên-tử cùng nói:

-Vinh quang thay những người mạnh mẽ.

Nhạc lại rộn ràng như bình minh trên núi.

Thiên-tử:

-Như chúng ta.

Đại-đế:

-Như chúng ta.

Thiên-tử:

-Muôn đời sẽ vang lời tụng ca.

Đại-đế:

-Từ thế hệ này đến thế hệ kia.

Thiên-tử chợt nhận ra điều gì:

-Nhưng chúng ta cũng cần phải nghỉ ngơi phải không? Ông có thích ngắm trăng làm thơ không?

Đại-đế:

-Không, chúng ta phải sống động như mặt trời. Bài thơ của chúng ta là ngọn lửa.

Thiên-tử:

-Và chúng ta thiêu đốt cả thế gian. Nhưng tại sao chúng ta lại không nghỉ ngơi?

Đại-đế:

-Bởi vì chúng ta không thể nghỉ ngơi. Con người còn tồn tại, chúng ta không thể nghỉ ngơi, bởi vì chúng ta là người chăn dắt.

Thiên-tử:

-Không ai thay thế được chúng ta.

Đại-đế:

-Không ai thay thế được chúng ta.

Nhạc day dứt. Gã thổi saxophone quì xuống. Khán giả nhìn nhau.

Tôi và Ngự rời khỏi nhà hát. Chúng tôi đến một quán phở. Niềm tự hào Việt Nam.

Tôi nói với Ngự:

-Những kẻ hèn kém nhất lại rất thích tự hào, phải không?

Ngự:

-Em không chắc thế. Nhưng quả thật, niềm tự hào của chúng ta tội nghiệp đáng thương.

Tôi:

-Dù sao, phải công nhận phở ở đây ngon thật. Anh có thể ăn phở mỗi ngày.

Ngự:

-Em thích mì, hủ tíu hơn.

Tôi:

-Anh quên em có một nửa dòng máu Trung Hoa trong người.

Ngư:

-Nhưng đó không phải là lý do em thích mì hay hủ tíu, dù em chỉ thích ăn mì hay hủ tíu do chính người Hoa nấu. Một nửa dòng máu Trung Hoa của em đã nhạt màu theo phong thủy ở đây. Thật sự, em cũng chưa bao giờ tự hỏi em là người Việt hay người Hoa, hoặc một người lai. Nguồn gốc hay quê hương với em chẳng có ý nghĩa gì. Một căn cước về huyết thống hay văn hóa cũng không nói lên điều gì. Một con người tự do mới là một con người. Em tin điều ấy.

Tôi:

-Có thể quốc gia đã là một phát kiến sai lầm nhất của con người. Nó nâng tầm qui mô của chiến tranh và sự ích kỷ lên một mức độ tàn khốc hơn.

Ngư:

-Lòng ái quốc trở thành cái cớ để biện hộ cho bọn độc tài lạm dụng quyền lực và hành hạ nhân dân.

Tôi:

-Xem ra như thế thì chế độ phong kiến đã sòng phẳng hơn về lòng trung thành hay ái quốc của thần dân đối với một quân vương.

Ngư:

-Em cũng nghĩ vậy. Sự giả dối của bọn cai trị là vô giới hạn.

Tôi:

-Nhưng con người yếu đuối lúc nào cũng muốn phó thác sinh mệnh mình cho các đấng chăn dắt. Họ không đủ mạnh mẽ và tự tin để bước đi một mình. Thậm chí, họ coi sự phục tùng và biết ơn bọn chăn dắt là nghĩa vụ và nghĩa khí.

Ngư:

-Đôi khi nhìn đồng loại, em nghĩ mình sẽ không bao giờ cần

sinh đẻ. Không bao giờ cho tái bản một sản phẩm lỗi. Cái giống người không nên tồn tại.

Bất chợt, Colby xuất hiện. Hắn luôn xuất hiện đúng lúc như tôi nghĩ.

Colby:

-Tôi cũng đang thèm phở đây.

Tôi:

-Xin mời.

Ngự cố tình chọc Colby:

-Ở đâu có Ngự, ở đó có Hắn.

Colby:

-Hắn không đến để tán tỉnh Ngự, nhưng ở đâu Ngự đến thì ở đó đã có Hắn.

Tôi:

-Ông nghĩ Ngự là con mồi và ông giăng bẫy Hắn?

Colby nhún vai:

-Mọi chuyện đều có thể.

Tôi nhìn thẳng Colby nửa đùa nửa thật:

-Không ai khác, chính ông mới thật sự là Hắn.

Colby cười lớn:

-Vậy thì, tôi phải nhọc lòng làm gì?

Tôi:

-Ông là kẻ làm xiếc.

Colby:

-Cho ai?

Tôi:

-Cho ông, cho Hắn.

Colby:

-Tôi không rảnh đến thế.

Tôi:

-Tôi cũng nghĩ vậy. Nhưng nếu tôi bảo đó là tính chất công việc của ông thì chắc không sai chứ?

Colby:

-Anh đa nghi quá.

Ngự:

-Em nghĩ đó là một loại cảm xúc hơn là của lý trí thuần túy.

Tôi:

-Chẳng có gì thuần túy.

Colby:

-Ok. Bên trong hay bên ngoài chúng ta, huyễn tượng hay thực tế, chúng tôi vẫn đánh giá Hắn là một hiểm họa của nhân loại cần loại trừ. Hắn được di căn truyền thừa nơi một cá thể nào đó. Và đó chính là đối tượng chúng tôi truy tìm.

Tôi:

-Và sẽ có hay đã có những kẻ bị giết oan?

Colby:

-Vài kẻ bị chết oan mà cả nhân loại được cứu thoát thì có gì phải lưỡng lự hay hối tiếc?!

Tôi:

-Đấy là sự đối chiếu mang tính ngụy biện. Không còn cách nào khác sao?

Colby:

-Có cách nào khác, anh chỉ cho tôi đi.

Tôi:

-Đấy không phải là việc của tôi.

Colby:

-Nó là việc của tất cả chúng ta.

Tôi:

-Cứ coi như tôi cũng có trách nhiệm "trừ gian, diệt ác" như ông, nhưng tôi muốn hỏi ông điều này: điều gì cho phép ông qui kết Hắn là một hiểm họa?

Colby:

-Chúng tôi có những dữ kiện.

Tôi:

-Và được kết luận bởi máy tính?

Colby:

-Đó là một trong những phương cách. Dẫu sao, hiểm họa vẫn cần được ngăn chặn trước khi nó xảy ra.

Tôi:

-Các ông đánh giá một con người hay một sự kiện dựa trên những chuẩn mực có sẵn, đúng không? Tôi giả dụ Hắn là người có thể mang đến một cái gì khác, như Jesus hay hơn thế chẳng hạn, thì có phải Hắn cũng sẽ bị đóng đinh không?

Colby lạnh lùng:

-Một Jesus tái thế sẽ bị đóng đinh. Anh hiểu vì sao, tôi tin vậy.

Tôi bối rối:

-Chúng ta có buộc phải dấn thân vào một điều không chắc chắn?

Colby nhún vai.

Ngự cười lớn:

-Xem ra, mấy ông tu hành, tu tỏi gì đó mới là những người khôn ngoan. Họ đứng ngoài tục lụy và họ vô can một cách minh triết.

Colby cười đểu cáng:

-Nhưng họ biết cách làm giàu và họ làm cha thiên hạ. Tôi vẫn còn bực bội. Tôi muốn đập vỡ một cái gì đó.

Trong Nhà hát lớn Hà Nội, khán giả vẫn say mê. Dàn nhạc vẫn say đắm.

Đại-đế:

-Ta đến để chăn dắt đàn chiên của mình.

Thiên-tử:

-Và đưa chúng về miền đất hứa.

Đại-đế bỗng khuỵu chân xuống, khuôn mặt đau đớn:

-Ôi, bệnh tật lại hành hạ ta rồi.

Thiên-tử bước đến ân cần:

-Ông bị làm sao?

Đại-đế:

-Gout.

Thiên-tử:

-Hậu quả của một chế độ ăn uống thiếu cân bằng.

Đại-đế rên rỉ:

-Ôi...

Thiên-tử:

-Làm sao đây?

Đại-đế ôm đầu gối:

-Tôi chết mất. Hãy cầu nguyện cho tôi.

Thiên-tử:

-Mà cầu nguyện với ai?

Đại-đế:

-Tôi không biết. Hãy tìm cho tôi một ông linh mục.

Thiên-tử:

-Một ông sư được không?

Đại-đế:

-Ai cũng được.

Thiên-tử hỏi khán giả:

-Ở đây có ai là thày cúng không?

Đại-đế:

-Không được. Tôi chưa chết.

Khán giả cười ồ thích thú vì sự bất ngờ này. Và họ vỗ tay. Không ai biết là vở kịch đã kết thúc chưa. Tuy nhiên, khán giả đã đứng lên và họ tiếp tục vỗ tay, hỉ hả.

12/2022

(1) Người Mỹ trầm lặng - Graham Greene.
(2) Khi đồng minh tháo chạy - Nguyễn Tiến Hưng.
(3) Tầng trệt thiên đường - Bùi Hoằng Vị.
(4) Tầng đầu địa ngục - Aleksandr Solzhenitsyn.
(5) Quốc ca Mỹ.
(6) Bà Cả Đọi là tên một quán cơm Bắc bình dân nổi tiếng nằm trong một con hẻm đường Nguyễn Huệ.
(7) Đương thời, tổng thống Mỹ Obama đã ăn bún chả ở Hà Nội khi thăm chính thức Việt Nam.
(8) Chủ tịch Hồ Chí Minh từng là một phụ bếp trên con tàu Amiral Latouche Tréville.
(9) Sách Tiên tri Isaia. Độc Sáng Độc Thoại Đối Thoại

Độc Sáng Độc Thoại Đối Thoại
Nguyễn Thị Thanh Bình

Phải nói tôi đã có những cơn gây choáng bất ngờ thích thú, khi được tiếp cận, soi rọi hai tác phẩm truyện vừa hay truyện kịch mới nhất của nhà văn đương đại Nguyễn Viện.

Người mà tôi đã được gặp, khá ấn tượng với bờ trán cao triết gia, cặp kính trắng cọng tròn, ria mép lãng đãng bạc lười cạo, ít nói ít cười nhưng lại hóm hỉnh, pha trò.

Điều khiến tôi ấn tượng nhất chưa hẳn vì Nguyễn Viện đã sắm được một tiểu sử rực rỡ vững chắc, mà dường như khi anh bảo anh hoàn toàn không muốn đoạn rời quê hương mình.

Theo Nguyễn Viện, đã làm một nhà văn thì phải ở lại trên chính quê hương mình để viết, để đi cùng với những thăng trầm lịch sử, nỗi đau cùng niềm hy vọng, trăn trở của đất nước.

Bất chấp cho cả những lần bị quê hương ruồng bỏ, rượt bắt anh phải đi uống-nước-trà với Lũ ở đồn Phan Đăng Lưu.

Nói chi đến chuyện sách của một nhà văn đi bên lề trái như anh được xuất bản trong nước. Dù vậy, tôi vẫn nghĩ biết đâu một khi cuốn truyện kịch này của Nguyễn Viện được tung ra đời, mà tôi đã có dịp hân hạnh đọc dưới dạng bản thảo sẽ được dịch ra tiếng

Anh, Pháp... để phát hành rộng rãi với thế giới, và rồi sẽ bay ngược về quê nhà.

Kỳ thực con người ở ngoài đời của Nguyễn Viện khá hiền lành, và sẽ không một chút gì táo tợn, dữ dội, đểu giả, thách đố như trong cõi văn chương của anh. Đặc biệt là hai tác phẩm Ở Phía Đông Âm Phủ / Và Hắn Đã Đến mà chúng ta đang quan tâm, chú ý.

Ở đây tôi chỉ xin được làm công việc mở một cánh cửa he hé, khi bước vào thế giới văn chương Nguyễn Viện. Nơi lấp lánh, lộng lẫy chất độc sáng khác biệt, giỡn đùa cợt giữa biên giới thực-ảo của thứ không gian tiểu thuyết, và ở đó đối thoại cũng chừng như của những rợn ngợp ý tưởng, trong niềm tin chính bản thân tác giả muốn truyền đạt tới người đọc.

Vâng, khi trái đất đang nóng dần lên, tôi có cảm tưởng hai truyện kịch này của Nguyễn Viện cũng như muốn nổ tung cùng thần trí sáng tạo tuyệt vời của anh.

Cũng cùng một khí quyển chính trị, và cùng một phong cách tiểu thuyết hóa những nhân vật lịch sử, nhưng ở Phía Đông Âm Phủ lấy bối cảnh của Việt Nam, và ở Và Hắn Đã Đến mượn bối cảnh quốc tế.

Chúng ta sẽ được dịp gom chung một cuốn sách để đời độc đáo trong tay, dù chỉ vỏn vẹn 169 trang, nhưng có thể nói là đã vắt kiệt hết những suy tưởng ưu tư chất chứa về con người, lẫn những thông hiểu kiến thức thời sự, văn hóa... Đông Tây của một nhà văn đích thực say đắm, cao cả, tận tụy đến miết cuối đời.

Phải công nhận đây là cuốn sách hay lạ kỳ mà tôi được đọc từ bấy lâu nay. Lạ kỳ và của hiếm như chưa từng có một tác giả văn học Việt Nam đã viết trước đó và chắc cả mai hậu. Bởi có lẽ, không một nhà văn nào có thể nhại theo được bút pháp của Nguyễn Viện. Xây dựng cấu trúc một cuốn tiểu thuyết hiện đại thì có thể có khá nhiều người làm được. Nhưng bắt chước cho giống Nguyễn Viện thì không.

Nguyễn Viện thuộc bản quyền bản sắc của Nguyễn Viện đã đành. Văn xuôi của Nguyễn Viện là của riêng một cõi Nguyễn Viện; kể cả ý đồ đánh đổ các yếu tố dụng xây nhân vật và cốt truyện. Nói cách khác, truyện của Nguyễn Viện là truyện không có cốt truyện, và nhân vật cũng không có sự hỗ tương từ đầu truyện đến cuối truyện.

Hẳn nhiên chúng ta cũng không có ý định xếp Nguyễn Viện vào ê-kíp của những tác giả hậu hiện đại, vì chính tác giả nhiều khi cũng không rõ "nguyên tắc" của hậu hiện đại là gì.

Thì chính Nguyễn Viện, khi bàn về nghệ thuật viết văn cũng đã phát biểu: "Một nghệ sĩ đích thực chỉ sáng tạo từ những đòi hỏi của chính mình, không vì nhu cầu hiện đại, hậu hiện đại hay một thứ gì khác."

Công tâm mà nói, văn của Nguyễn Viện tập hợp được nhiều giọng điệu. Khi thì diễu nhại châm biếm, khi thì thơ mộng như thơ.

Đặc biệt ở hai truyện kịch này, nổi trội nhất là phần đối thoại giữa những cuộc gặp "giả tưởng" của những chân dung nổi bật thời đại.

Đối thoại được mở ra rất thông minh và có thể làm chao đảo người đọc bằng những cú hích bất ngờ, khi tác giả bám sát vào hiện thực của những sự kiện lịch sử để thực hiện những cuộc trò chuyện, phỏng vấn dưới âm ty hay cả trong một không gian tòa sảnh có máy điều hòa thở đều của trần gian.

Đối thoại vì thế chính là những cuộc độc thoại chồng chất ý tưởng, và tác giả muốn phơi bày những ẩn ức hay huyễn hoặc tinh thần chưa được hiển lộ.

Thử nói sơ về truyện kịch "Và Hắn Đã Đến", chúng ta sẽ thấy Nguyễn Viện cho dù muốn sử dụng "chất liệu" lịch sử chính trị, nhưng nhà văn vẫn là người có quyền kiến tạo, phóng đại một phiên bản chỉ ngờ ngợ như thế để khám phá, tìm tòi những thú vị đằng sau những phô diễn của nó.

Theo Nguyễn Viện, con người ở nơi đâu cũng đều mong chờ một đấng tái sinh cứu chuộc. Người dân Do Thái cũng đã từng ngóng trông một vị dẫn đường kiểu Môi Sen, và tương lai sáng sủa hơn cho dân tộc mình. Như người Việt chúng ta vẫn có những chờ đợi vô vọng. Tuy nhiên, để khỏi rơi vào cảm giác tuyệt vọng vô nghĩa, con người có vài suy nghĩ khác nhau về đấng toàn năng.

Tác giả cho rằng chúng ta đã quên là "Ngài" đã có mặt từ khi sinh ra thế giới con người.

Nhân vật "Hắn" mà chúng ta đang trông đang đợi lắm khi cũng chỉ là bản chất của con người.

Điều này gợi nhớ đến vở kịch nổi tiếng "Trong Khi Chờ Godot" của Samuel Beckett, hệt Vladimir và Estragon trong vở kịch, đang chờ một điều gì đó mơ hồ và chừng như không bao giờ đến.

Thật ra tôi cũng khá váng vất với thông điệp gửi gắm sâu sắc của Nguyễn Viện, về nhân vật "Hắn" chính là con người với tất cả những hỉ nộ ái ố nhiều mặt đẹp xấu. "Hắn" đâu phải từ trời của Thượng Đế giáng xuống, hay từ dưới đất được mặc khải chui lên. Mà chính là nằm trong hẳn mỗi người. Do đó, sứ mệnh được làm người là do chúng ta định. Hoàn toàn không phải là tại trời, ý trời.

Trên thực tế có muôn vạn ê chề, là do bàn tay điều khiển, dẫn dắt của những con người siêu nhân "lầm lạc".

Chúng ta đâu còn lạ gì về sự trơ trọi của con người trong thế giới hiện đại, nơi những nguyên tắc đạo đức và nhân văn dường như bị lãng quên.

Tiếc là đám đông vốn chỉ là những bầy cừu ngoan ngoãn, chỉ biết cúi mặt ngồi chờ những rủi may và những sai khiến của những lãnh tụ "siêu nhân" ấy. Ở đây chúng ta bắt gặp phần "chính luận" sâu sắc của nhà văn Nguyễn Viện: Đó là tiếng nói nhiều âm thanh đau đớn và van nài của một kẻ sĩ, một trí thức trước những biến động thời cuộc, khi tác giả ngầm bảo đã đến lúc chúng ta phải biết nhận thức đó là một niềm trông đợi viển vông, xa vời. Mỗi con người phải tự có trách nhiệm nhận lãnh vai trò lịch sử giao phó. Không thể thoái thác cho một ai khác.

Những nhân vật tai to mặt lớn đi đứng, "phát biểu" trong Và Hắn Đã Đến như Tập Cận Bình, Putin, thế lực tài phiệt toàn cầu đại diện ở phố Wall, quyền lực Mỹ đại diện bởi tên trùm CIA... đều được Nguyễn Viện quan sát, mô tả, vẽ lại chân dung khá tài tình.

Những con người làm ra lịch sử và nắm vận mệnh thế giới trong tay.

Dưới ngòi bút của Nguyễn Viện, họ cũng chỉ là những nhân vật được nhà văn tái tạo. Trong một tác phẩm văn học, nhà văn cũng chính là Thượng Đế. Do đó, Nguyễn Viện tha hồ đặt ra nhiều câu hỏi nhiều nhận định và đưa ra nhiều ý tưởng lớn mang tính "sinh sự" về chính trị, nhưng anh cũng thật hóm hỉnh khôi hài và không phải bẻ cong ngòi bút vuốt ve, xu nịnh ai.

Điều này khiến tác phẩm của Nguyễn Viện trở nên đáng đọc, lý thú của một người có chính kiến và biết trình bày ý tưởng của mình.

Thêm nữa. Dù truyện kịch này có được so sánh, đem làm đối trọng với "Trong Khi Chờ Godot" hay không, đó là công việc nhận định đứng đắn của các nhà phê bình văn học nên làm. Với tư cách là một độc giả, và tôi cũng chỉ muốn nhìn dưới góc độ của một độc giả sẵn lòng yêu mến văn chương Nguyễn Viện, tôi đã bắt gặp rất nhiều đoạn được viết với bút pháp rất thơ, cũng như những mẩu đối thoại cuốn hút, duyên dáng với nhân vật nữ xuất hiện thoáng chốc tên Ngự.

Một điều đáng nói là văn chương Nguyễn Viện trong tác phẩm này có vẻ muốn lấy lòng phụ nữ nhiều hơn. Nguyễn Viện đã trút những làn roi châm chọc, châm biếm lên cánh đàn ông nhiều tham vọng xuất chúng kia, nên nơi đây vắng mặt thứ nhục cảm ẩn ức, cần giải tỏa đâu đó lên thân phận vốn đã bị rẻ rúng của phụ nữ Việt Nam.

Ở đây Nguyễn Viện hoàn toàn chấp nhận nữ quyền: "Ngự

thông minh hơn tôi. Đó cũng là điều khiến tôi thích Ngự."

Và những câu văn đọc lên lắm lúc nghe như thơ: "Linh hồn con người là một đoạn ký ức giữa lưng chừng thời gian. Không có khởi đầu, cũng không có kết thúc." Hoặc: "Văn chương không cứu rỗi được cô ấy. Văn chương, nó rẻ rúng như chùm khế ngọt, xàm xí như một cơn mưa phùn, nặng lòng như một nỗi đau, cay đắng như một sự phản bội và hân hoan như một nụ hôn đầu. Văn chương nó không trọng đại như ta tưởng."

Và như đã mào đầu, truyện kịch Ở Phía Đông Âm Phủ được Nguyễn Viện chọn bối cảnh Việt Nam để lồng những khuôn mặt chính trị lẫy lừng của dân tộc Việt.

Khác với cuốn Và Hắn Đã Đến, ở đây Nguyễn Viện hoàn toàn từ chối viết hoa những tên riêng như ông diệm, ông minh, ông ánh, ông huệ... thậm chí cả hai chữ việt nam, sông gianh, sông bến hải...

Có thể nào chỉ đơn thuần là một cách viết làm mới, hay chính tác giả bỗng có điều gì đó không vui khi gợi nhớ những tên gọi ấy?

Điều tôi đặc biệt chú ý đến cuốn truyện này, có thể nói là những chi tiết, những tiểu tiết. Tôi có cảm tưởng chính những tiểu tiết, chi tiết mới đóng góp để làm thành tác phẩm lớn.

Chẳng hạn khi mô tả ông minh (nhân vật Hồ Chí Minh), Nguyễn Viện đã rất chi tiết khi viết: "ông huýt sáo một điệu nhạc dân ca trung quốc." Hoặc: "Dưới âm phủ ông minh tiếp tục khẳng định chiến thắng vinh quang của mình khi viết lên quan tài ông diệm ba chữ "tay sai mỹ", mà quên rằng, chính ông cũng sẽ chỉ là tốt thí cho bọn quốc tế vô sản như ông diệm đã nói trong cái đêm trắng ở paris. Hay chi tiết về cục gạch: "ông minh cười nhạt: - Sẽ không ai tin. Nhưng chính đó là cục gạch trong bếp của mẹ tôi. Đi bất cứ đâu tôi cũng bỏ vào túi xách mang theo. Đấy là quê hương."

Với cùng bầu khí chính trị, ở Phía Đông Âm Phủ mở ra một thế giới của luyện ngục với những gặp gỡ đối thoại hiếm hoi là lạ của những con người đã từng là lãnh tụ kiệt xuất đã vùi sâu dưới ba lòng tấc đất, nhưng vẫn còn chưa yên nguôi với giấc mộng bá vương hay tham vọng chưa thành ở trần thế.

Cái làm thu hút người đọc là sự pha trộn nhuần nhuyễn của một chút gì đó chất liệu lịch sử, đan chen với những hư cấu tưởng tượng phong phú của một ngòi bút ý thức được điều mình muốn dàn trải, trao gởi.

Có những câu hỏi mà chết rồi cũng không giải mã được, thì đúng là tác giả đang làm khó độc giả, hay một cách nào đó muốn đánh thức tâm tư của con dân Việt: "ông diệm: - Khi nằm trong âm phủ này, nhiều lúc tôi nghĩ, có thật chúng ta đã sống và chết vì quê hương không?"

Nguyễn Viện cũng sử dụng độc thoại, như một cách thế chuyện trò với những ý tưởng ngôn ngộn trong đầu mình. Ở đó chúng ta thường bắt gặp như những suy tư thời sự thế sự, nhưng dù viết dưới đề tài nào đi nữa chừng như Nguyễn Viện vẫn muốn làm một tiểu thuyết gia hơn là viết như một nhà chính luận: "Người ta nhìn thấy phía sau của hỗn loạn đó là mỹ và cộng sản. Những kẻ giấu mặt này biến những tham vọng thành con sói. Người quốc gia đơn độc và thối rữa, chính quyền từ ông diệm đến ông thiệu trở thành kẻ hiến tế cho những toan tính của các đại cường. Ở phía bên kia vĩ tuyến, độc dược của tình hữu nghị quốc tế vô sản thấm xuống lòng đất, và nó biến đất ấy thành đất chết. Con người phải khóc lóc và nghiến răng."

Ở đây Nguyễn Viện muốn dùng thể loại truyện kịch có lẽ vì nó có vẻ thích hợp với những đề tài lịch sử, chính trị, xã hội. Nhất là đã gọi là truyện (kịch) thì khán giả dường như phải bị bỏ quên, nhường chỗ cho văn bản của truyện, để hướng tới một tác phẩm văn học với chất thơ, tư tưởng triết lý siêu linh nhiều hơn. Quả thật có khi khán giả chính là nhân vật "tôi". Cũng hệt như có những lúc sân khấu không còn diễn viên, chỉ là một khoảng trống hoang mang.

Dù đọc dưới góc độ nào đi nữa, tôi ngờ rằng tác phẩm này

khi trình làng sẽ gây nhiều chú ý tranh cãi. Như những khuôn mặt văn chương lẫy lừng khi viết về những nhân vật lịch sử Trần Vũ, Nguyễn Huy Thiệp, Nguyễn Mộng Giác, Nam Dao... thì dù mọi người có bình luận cách nào thì cũng không thể không công nhận giá trị của những tác phẩm Mừa Mưa Gai Sắc, Gia Phả (Trần Vũ), Phẩm Tiết (Nguyễn Huy Thiệp), Sông Côn Mùa Lũ (Nguyễn Mộng Giác) hay Gió Lửa (Nam Dao) đều mở ra mỗi người mỗi vẻ cái nhìn phóng chiếu về đề tài lịch sử đáng nghiền ngẫm. Hay nói đúng hơn, lịch sử chỉ là một cái cớ để tác giả có quyền vận dụng khả năng lập ngôn của mình về con người, khi chính tác giả cũng đâu phải là người viết chính sử mà phải sao chép rập khuôn.

Với một nhà văn tự nhận là ngoài lề như Nguyễn Viện, hai tác phẩm truyện kịch này quả thật xuất hiện rất đúng thời điểm, để tiếng nói của anh không đến nỗi phải chìm vào vô vọng. Nhất là với những ai đã từng đọc những cuốn khác của Nguyễn Viện, theo tôi không thể không tìm đọc tác phẩm độc đáo này.

"Ở Phía Đông Âm Phủ" Nhìn Từ Phía Tây - Phân Lý Văn Học

Ngu Yên

"Ở Phía Đông Âm Phủ" là một trong hai truyện tạo thành tập truyện có cùng tựa đề "Ở Phía Đông Âm Phủ" của nhà văn Nguyễn Viện. Sách dày 184 trang do Tiếng Quê Hương xuất bản năm 2024.

Ở âm phủ, dĩ nhiên, để bị trừng phạt và đền tội, nếu vậy, ngụ ý của tác giả là tội gì, đối với các nhân vật trong truyện, những lãnh tụ có thật đưa vào hư cấu, mang máu lịch sử, tạo ra những khúc quanh lớn cho dân tộc, chôn hàng hà sa số xương thịt của người dân, dù có ý định tốt đẹp? Đối với lãnh đạo, lý tưởng và hành động là hai bạn đồng hành, nếu họ yêu nhau, chuyện tốt đẹp sẽ xảy ra; nếu họ phản bội nhau, chuyện xấu xa sẽ xuất hiện sau mặt nạ son phấn của tuyên truyền.

Ngạc nhiên đầu tiên nằm ở trang đầu. Tác giả giới thiệu bốn nhân vật theo thứ tự: minh, diệm, huệ, và ánh. Tên không viết hoa. Sau vài dòng kể, chúng ta nhận ra bốn âm hồn này là Hồ Chí Minh, Ngô Đình Diệm, Nguyễn Huệ-vua Quang Trung, và Nguyễn Ánh-vua Gia Long. Thắc mắc, tại sao không viết hoa tên riêng để bày tỏ chút kính trọng với người đã từng lãnh đạo quá khứ? Có ngụ ý gì hay chỉ vì xem thường những người có tội? Câu hỏi này khiến tôi muốn tìm hiểu.

Nếu nhìn bằng tầm quan sát của luận lý văn học Tây Phương, truyện "Ở Phía Đông Âm Phủ" mang một **hình thức phá thể**. Không sử dụng một số quy luật về cấu trúc, không gian, và thời gian như luật Kim tự tháp Freyutag, học thuật BADS, phương pháp LOCK, kỹ thuật xây dựng năm giai đoạn, vân vân. Những quy luật này đã trải qua nhiều năm tháng, nhiều thành tựu trong lịch sử văn học, được hướng dẫn trong các chương trình sáng tác văn chương ở đại học. Tiến một bước nữa, tác giả cũng bỏ qua những quy tắc xây dựng tâm trạng căng thẳng, đưa lên đỉnh cao để trả lời câu hỏi kịch tính chủ yếu của truyện, giải quyết điều chủ lực mà tác giả muốn nói và người đọc muốn được thỏa mãn. Có vẻ như tác giả muốn thử thách một con đường khác, nguy hiểm, nhiều khả năng thất bại, nhiều khả năng bị người đọc dừng lại giữa chừng, nhưng nếu tiếp tục phát triển và thành công, sẽ mang đến một lề lối thủ thuật khác về sáng tác truyện. Trên con đường văn chương Việt, Nguyễn Viện trở thành một trong số ít nhà văn phiêu lưu, dọ dẫm vào miền văn học lạ lẫm.

Truyện này gồm có 10,845 chữ, nằm trong khung truyện ngắn từ 3,000 đến 30,000 từ. Tuy không rõ ràng nhưng có thể miễn cưỡng phân chia, phần mở đầu rất ngắn, 286 chữ và phần kết thúc cũng rất ngắn, 264 chữ. Tất cả chữ nghĩa còn lại nằm trong phần xây dựng chính của truyện. Hầu hết bằng lời đối thoại và lời kể truyện. Đối thoại giữa các âm hồn chia ra nhiều nhóm. Phần đối thoại chính do ông minh và ông diệm đảm nhiệm. Lời kể xuất hiện như những móc nối giữa các cuộc đối thoại. Ngoài ra, lời kể còn mang đến những thông tin tài liệu lịch sử và những hư tưởng để làm nền hoặc giải thích dẫn đưa các sự kiện. Lời kể còn thể hiện như những tóm tắt để tăng tốc câu truyện vì đối thoại thường làm tốc độ kéo dài chậm lại.

Vị trí âm phủ chỉ là cái phong màn cho kịch bản nên không được mô tả chi tiết, thậm chí, sự mô tả nhân vật cũng quanh quẩn về hành vi, cử động lúc đối thoại. Trong khi kỹ thuật mô tả không gian, địa thế, bối cảnh, nhân vật được Tây phương xem trọng và cổ xúy trong nghệ thuật sáng tác chữ. Âm phủ mà tác giả sử dụng làm địa hình chỉ là "... *nơi không bao giờ có mưa và thời tiết chỉ là khí sắc của ngọn lửa trên gương mặt thời gian, linh hồn con người trong suốt những ký ức của nó là một ngọn lửa không bao giờ tắt tự thiêu đốt và tồn tại bởi chính sự thiêu đốt ấy.*"

Về thời gian, truyện không có tương lai, đã chết rồi, còn tương lai gì? Chỉ có hiện tại rất ít, toàn truyện dựng trên thời gian và bối cảnh quá khứ. Việc này khiến câu truyện bị giới hạn. Kể lại quá khứ là kể lại những gì mà đa số độc giả đều biết ít nhiều, dù có phần hư cấu thay đổi nhưng vẫn không thoát hết sự kiện lịch sử. Mất đi một phần thú vị bất ngờ của diễn tiến, và sáng tạo trong cốt truyện. Để thay thế vào chọn lựa này, tác giả tập trung vào đối thoại, một trong số kỹ thuật tạo truyện mạnh mẽ nhất. Vì vậy, người đọc phải tìm đến những quan điểm độc đáo, những chi tiết bất ngờ trong lời thoại của các nhân vật. Và dĩ nhiên không thể thiếu, hãy quan sát ngôn ngữ không âm thanh qua cử chỉ và hành vi của mỗi âm hồn.

Về hình thức, tại sao tôi nói "miễn cưỡng phân chia", vì dưới tầm nhìn từ phong cách Chekhov, truyện ngắn không cần mở đầu, không cần kết thúc, chỉ là một thân bài. Truyện "Ở Phía Đông Âm Phủ" gần như nằm trong dạng này. Dù sao, Nguyễn Viện đã can đảm đầu tư một đường riêng lối hẹp trong bình nguyên mênh mông của truyện kể.

Đi sâu vào nội dung, có lẽ tác giả áp dụng tinh thần chủ nghĩa Tối Giản (Minimalism), cắt bỏ hầu hết những gì được đánh giá là cần thiết, (như nhà thơ Ezra Pound đã nói: chỉ cần những điểm sáng,) chỉ tập trung vào đối thoại và lời nói của các nhân vật đã được Nguyễn Viện cân nhắc, hư cấu để đưa ra những ý tưởng sắc bén, những chi tiết bất ngờ. Hiệu quả của lời nói, hình ảnh và màu sắc trong chữ nghĩa, chính là nguồn sáng đẩy lui sự âm u ở âm phủ và trong câu truyện.

Ông minh ông diệm đều là nhân vật chính không phân cấp,

không được tác giả xác định ai chính ai phụ, mỗi người mỗi vị trí, mỗi lý tưởng, mỗi tâm sự, đối đáp với nhau tạo ra kịch tính. Trong The Writing of Fiction (1924), Edith Wharton nhận xét, *"truyện ngắn có được sức sống hoàn toàn nhờ vào việc thể hiện một tình huống đầy kịch tính."*

[*Ông minh mơ màng nói:*

- Cả maotrạchđông, stalin và mấy đời tổng thống mỹ đều bị tôi lừa.

Ông diệm bật người dậy, giọng nghi ngờ:

- Không, tôi nghĩ cụ mới bị chúng nó lừa.

Ông minh cười lớn:

- Cả thế giới đều nghĩ như cụ. Nhưng tôi là con kiến cắn mù mắt con voi. Chiến thắng là một bí mật của số phận. Cụ là con của chúa, cụ không bao giờ hiểu được sự khôn ngoan của satan. Và cụ cũng không bao giờ biết được sức mạnh của thù hận.] (trích)

Và,

[*Ông minh:*

- Thời tôi còn lang thang ở paris, chắc cụ còn nhớ cục gạch mà tôi vẫn ôm hằng đêm, khi ấy cụ đã hỏi tôi, sao không kiếm một cô để ôm lại đi ôm cục gạch? Tôi đã nói với cụ thế nào cụ còn nhớ không?

Ông diệm:

- Sao tôi quên được. Cụ đã diễn ngay từ hồi đó.

Ông minh cười nhạt:

- Sẽ không ai tin. Nhưng chính đó là cục gạch trong bếp của mẹ tôi. Đi bất cứ đâu, tôi cũng bỏ vào túi xách mang theo. Đấy là quê hương.]

Simon Wood trong tác phẩm "Mastering Multiple Points of View," nhấn mạnh rằng, việc đan xen nhiều nhân vật có nhiều góc nhìn, dễ gây rối, làm người đọc lẫm lẫn giọng nói, cá tính và quan điểm của các nhân vật. *"Trong một cuốn tiểu thuyết, giống như trong một cuộc trò chuyện, không phải ai cũng có thể nói cùng một lúc. Có rất nhiều cách để cho mỗi nhân vật một giọng nói mà không cần họ phải nói chồng lên nhau."* Quan điểm của mỗi nhân vật và thống điệp của tác giả là những điểm đánh giá bậc thang giá trị của tác phẩm. Cách của Nguyễn Viện trình bày quan điểm của bốn âm hồn"

[Ông minh:

- *Chúng ta vừa là thiêu thân, vừa là ảo ảnh của chính mình.*

Ông diệm:

- *Chúng ta là đấng cứu tinh và chúng ta cũng là đọa đày.*

Ông ánh:

- *Các ông không phải bận tâm mình là gì. Điều đó vô ích. Tất cả đều vô ích. Bởi vì chúng ta không là gì.*

Ông minh:

- *Chúng ta là hành động và hành động là tồn tại.*

Ông ánh:

- *Chúng ta tưởng là hành động nhưng thực ra chúng ta không làm gì.*

Ông diệm:

- *Niệm là hành động. Ý cũng là hành động. Và chúng ta tạo nghiệp. Nghiệp là thời gian của chúng ta.*

Ông huệ bước vào văn với vẻ bất cần.

Ông huệ:

- *Máu vẫn chảy trên trần gian và máu bốc cháy dưới hỏa ngục. Các ông nói như bọn lảm nhảm rao hàng ngoài chợ.*]

Thông điệp của hai nhân vật chính thể hiện khá rõ ràng:

[Ông diệm:

- Thế thì sứ mệnh của chúng ta là gì?

Ông minh trầm giọng, chắc nịch:

- Thực hiện sứ mệnh của mình].

Còn thông điệp của tác giả thì sao?

Đối thoại và lời kể đã diễn đạt một số kỹ thuật sáng tác. Chính xác nhất là việc cấu tạo những nhân vật nổi bật, thú vị, đáng nhớ: đó là minh và diệm. *"Những nhân vật hấp dẫn nhất là những nhân vật có vẻ nhất quán bên trong nhưng vẫn có khả năng gây bất ngờ." (David Corbelt trong Emotion-Driven Characters.)* Thứ hai là tạo chiều sâu qua lý luận. Đọc theo các lời thoại, cả bốn nhân vật đều phát ngôn trong dạng trí tuệ. Sức nặng của ý tưởng và suy nghĩ xây dựng ý nghĩa. Tiêu chí này đã đạt được trong "Ở Phía Đông Âm Phủ."

Một chi tiết khác có thể gây sốc cho một số độc giả tôn giáo và độc giả yêu mến hai lãnh tụ minh và diệm. Tác giả hư cấu chuyện tình giữa minh và diệm. Ngay vào đầu câu truyện, "Chân ông minh gát lên đùi ông diệm."

Rồi, *"Ông minh hôn ông diệm, nụ hôn kéo dài suốt lịch sử con người trên dương thế. Ông diệm ôm chặt ông minh, cái ôm không rời từ kiếp này qua kiếp khác."*

Chuyện tình sốc này có khả năng làm người đọc ghi nhớ hoặc vì thích thú việc hư cấu của tác giả; hoặc ghét bỏ vì sự kiện thiếu đạo đức. Riêng tôi, nhìn chi tiết này như một ẩn dụ. Hai nhà lãnh tụ hai miền Nam Bắc, lúc còn sống đã công chiến với nhau vì lý tưởng và sở thích khác biệt. Khi chết, tác giả cho cư chung ở phía đông âm phủ, yêu thương nhau, biểu tượng cho sự hòa hợp để người đời sau nhận ra rằng, cuối cùng hết, lòng yêu thương vượt qua tất cả những thứ gì chúng ta cho là lớn lao, ghê gớm trong cõi đời. Trong hư cấu, sự sáng tạo là sinh vật hai đầu: đầu rồng và đầu rắn. Tùy người đọc thấy đầu nào thì nó sẽ ảnh hưởng đến tác phẩm và tác giả theo điều ấy.

Đọc đến hơn ba phần tư truyện, chúng ta sẽ hiểu ra vì sao tên của các âm hồn không viết hoa. minh, diệm, huệ, ánh, dù là tên riêng ở dương trần, nhưng không phải tên riêng ở âm phủ, càng không phải là tên riêng trong thế giới hư cấu Nguyễn Viện, vì minh, diêm, huệ, ánh là tên chung. Chỉ là những đại biểu cho những loại người trọng hư tưởng về cái tôi, trong những bối cảnh thuận lợi, trở thành cái đẹp che cái xấu, cái thiện che cái ác, cái lý tưởng che cái vị thân. Đó cũng là thông điệp chính của tác giả: *"Ở đâu có bất công, ở đó có đấu tranh. Bình đẳng là ảo tưởng. Con người luôn thất bại trong lý tưởng của mình"* và ông đưa đến kết luận: *Họ phải mãi mãi ở nơi mà sự tồn tại của những linh hồn chồng lấn vào nhau và níu giữ nhau tạo nên hỏa ngục.*

Houston, tháng 9, 2024.

Nguyễn Viện, Đã Đến Phía Đông Âm Phủ

Nguyễn Đức Tùng

Và đã trở lại. Chúc mừng Nguyễn Viện.

Nhà văn không có địa chỉ cư trú tại phía đông âm phủ, anh chỉ tới đó để tường trình về những gì thấy được, nghe được, theo kiểu của anh.

Cách vào đề của cả hai tiểu thuyết "Ở phía đông âm phủ" và "Và, Hắn đã đến", đều trực tiếp, ngay lập tức, đưa người đọc vào tình huống có phần khó khăn. Tôi nói khó khăn, vì chúng nằm ngoài sự chờ đợi của độc giả. Thay vì mô tả tỉ mỉ tính cách của các nhân vật theo lối cổ điển, Nguyễn Viện chú trọng hơn đến việc thiết lập các tình huống (situations). Các nhà phê bình thường nhắc tới khái niệm bối cảnh của tiểu thuyết (setting), nhưng tôi nghĩ chữ tình huống áp dụng thích hợp hơn cho văn chương Nguyễn Viện. Vì nó sôi động ngay từ đầu. Sôi động không phải vì các sự kiện ồn ào, tiếng súng nổ, hay các hành động mạo hiểm, mà vì cách tạo lập quan hệ mới giữa người và người.

Chân của ông minh gác lên đùi ông diệm. Họ nằm hút thuốc.

Điều ấy có thể xảy ra được không? Có thể xảy ra được trong một thế giới khác, ví dụ phía đông vườn địa đàng, tên của cuốn tiểu thuyết của Steinbeck, hoặc phía đông âm phủ, nếu bạn muốn. Tên hai ông minh và diệm không viết hoa. Chỉ trong vài câu, Nguyễn Viện thiết lập được không khí huyền ảo, sự hài hước có phần chua chát, sự phi tang các dữ kiện lịch sử. Anh hình như là người có khuynh hướng viết các tiểu thuyết ngắn, có người gọi là tân truyện, nouvella. Hai tiểu thuyết này mỗi truyện không tới một trăm trang.

Trụ sở Liên Hiệp Quốc. Phòng họp đại hội đồng.

Tôi đã đến đó trong một ngày vắng lặng. Bàn ghế trống. Đại biểu của các quốc gia đã bỏ về từ hai hôm trước, sau một cuộc tranh cãi gay gắt về qui chế của Hội đồng Bảo an, đặc biệt là vai trò và quyền hạn của các thành viên thường trực, đã dẫn đến việc tẩy chay của tất cả các đại biểu ngoài hội đồng đó đang có mặt trong hội nghị.

Dư âm của những tiếng nói phản đối bất công đã gây chấn động khắp thế giới và còn vang vang trong hội trường. Tôi ngồi xuống một chiếc ghế. Một con người nhỏ nhoi của mặt đất này giữa diễn đàn lớn nhất và quan trọng nhất của thế giới. Một vô nghĩa trong muôn vàn những ý nghĩa mà cái cơ quan này muốn nhắm tới. Con người vẫn luôn luôn vô danh. Vẫn luôn luôn vắng mặt. Và tôi ngồi đó, âm vang của chiến tranh và đói khổ hiện trên màn hình, xuất lộ trên mọi hàng ghế bỏ trống. Tiếng nói của súng đạn vẫn là tiếng nói có thẩm quyền nhất.

Nguyễn Viện là người viết nhiều, sáng tạo dồn dập, điều đó không hạn chế việc anh quan sát sâu và khả năng tổng quát hóa. Các truyện của anh kỳ lạ, có tính huyền thoại, tính lịch sử, các nhân vật xuất hiện không như trong hình dung của công chúng, chúng bị lệch đi dưới cái nhìn của tác giả. Có một mối quan hệ kỳ bí giữa các nhân vật với các khúc quanh lịch sử, vốn có thật.

Các đối thoại trong "Ở phía đông âm phủ" thẳng thắn, mang nặng tư tưởng nhưng cũng vì vậy mà thiếu tính hài hước, vốn là điểm mạnh của Nguyễn Viện. Những đối thoại giữa hai nhân vật minh và diệm rõ ràng gợi ý về các nhân vật lịch sử có thật, là cuộc đối thoại hào hứng, kéo dài, làm nên trung tâm của sách. Điều thú vị của tiểu thuyết này là bất kỳ sự mô tả nào, lời nói nào, cũng có thể khởi phát một cuộc tranh luận lý thú. Thí dụ:

Chúng ta đều là những kẻ độc tài, vì chúng ta biết tự do có nghĩa gì.

Tôi có thể tranh luận với anh ở đây rằng những kẻ độc tài thật sự không bao giờ thú nhận như thế, ngay cả với những người thân cận nhất. Câu chuyện của tác giả tựa như lời tâm sự giữa hai người bạn già hơn, là cuộc đối thoại gay cấn giữa hai chính khách đối đầu nhau. Hay là có một thế giới mà ở đó con người trở nên trung thực hoàn toàn?

Sự bất ngờ xảy ra trong tác phẩm của Nguyễn Viện. Sự bất ngờ ấy nằm ở mối quan hệ lạ lùng giữa nhân vật diệm và minh hay ánh và huệ. Sự chuyển đổi của câu chuyện là khi lịch sử cận đại nhảy vọt về một trăm năm mươi năm trước, giữa hai nhân vật huệ và ánh: huệ và ánh, minh và diệm, giữa họ có gì giống và khác nhau? Câu chuyện tựa như một giấc mơ, như sự phiêu lưu vào các thời gian và không gian khác nhau, cuối cùng vẫn đem ta trở lại với cuộc đối thoại ban đầu, mối quan hệ thân mật và đầy xung đột, bi kịch của họ, sự cô độc của họ. Tiểu thuyết như một lời ai điếu dành cho người chết, nhưng cũng là bài hát về nỗi buồn, về hận thù, về khả năng tha thứ.

Tôi muốn dành nhiều dòng hơn cho cuốn tiểu thuyết mà tôi quan tâm, truyện "Ở phía đông âm phủ", nhưng bạn đọc chắc chắn sẽ tìm thấy nhiều điều thú vị khác và bất ngờ không kém, trong truyện thứ hai, "Và, hắn đã đến", với số trang tương đương:

Pilatus:

-Dường như mọi nỗ lực của con người đều vô ích cả. Những bóng ma vẫn ám ảnh con người và những kẻ đã chết mới thật sự dẫn dắt thế giới này.

Tôi:

-Các ông là ma?

Pilatus:

-Bạn thấy có gì khác không?

Tôi không biết nói sao. Tôi cần bước ra khỏi nơi bị ma ám này, mặc dù tôi không cảm thấy sợ.

Thế giới bên ngoài. Đường phố dày đặc xe cộ. Chúng di chuyển như giả tưởng. Vô hồn. Tôi không biết đi đâu. Thành phố lạnh lùng. Bất chợt một chiếc xe dừng lại, người Do Thái ở phố Wall đứng trước mặt tôi.

-Welcome bạn đến New York.

Theo tôi, tiểu thuyết của Nguyễn Viện ít nhiều có hơi hướng của Kafka, với tính chất huyễn tưởng, kỳ dị, nhưng cách tiếp cận của anh mới hơn, đôi khi táo bạo hơn, với rất nhiều tra vấn. Những câu hỏi là đặc trưng của văn Nguyễn Viện. Anh là người quan tâm đến lịch sử và các tình cảnh xã hội. Giọng và giọng điệu, từ ngữ, xây dựng nhân vật, cấu trúc truyện, mà anh chọn, tỏ ra thích hợp với những quan tâm có tính ám ảnh ấy. Anh không phải là người viết theo phong cách (stylist). Lời văn của anh giản dị, dễ hiểu, ngắn gọn. Giọng anh điềm đạm, chừng mực, và khác với những cuốn khác, không có những cách nói và các chữ quá táo bạo. Tuy vậy, câu chuyện anh kể, các diễn tiến, các bí mật chờ ta sau khúc quanh, làm nên khí quyển khác thường. Giọng của tác giả, người kể chuyện, và của các nhân vật, là khá giống nhau, bình tĩnh, trí thức nhưng không quá nghiêm trang, hài hước nhưng không quá phóng túng. Có một nỗi buồn thấp thoáng trong tâm hồn họ, trong những hồi tưởng về các vết thương sâu, tưởng đã quá lâu không còn đau đớn. Có sự diễu nhại, sự mô phỏng, các giai thoại, những thủ pháp hậu hiện đại, nhưng chúng không nổi bật trong hai cuốn tiểu thuyết này, so với các cuốn khác. Sự chọn lựa người kể chuyện ở ngôi thứ ba làm cho tác giả dễ dàng di chuyển các điểm nhìn, quan sát mọi góc cạnh, đọc được cả nội tâm của nhân vật. Tuy vậy, anh giới hạn việc mô tả trong cái nhìn của một người đứng từ bên ngoài, như một cái tôi, và chỉ ghi lại các đối thoại. Điểm mạnh của chọn lựa này, đã làm cho cuốn tiểu thuyết trở nên đáng tin cậy hơn đối với người đọc, và dừng việc quan sát ở bên ngoài, và người đọc chỉ đọc được các nhân vật qua lời nói của họ. Như thế bạn phải giả thiết rằng lời nói của nhân vật xuất phát từ đáy lòng.

Những năm gần đây, ngày càng phổ biến một loại tiểu thuyết lịch sử mới, tuy dựa trên cuộc đời có thật của các nhân vật lịch sử, nhưng mở rộng giới hạn tưởng tượng đến vô cùng. "Ở phía đông âm phủ" độc đáo ở chỗ tác giả không miêu tả trực tiếp nhân vật, mà để cho họ nói năng như trên sân khấu, như trong một vở kịch. Hình thức tiểu thuyết - kịch rất hiếm trong văn học Việt Nam. Người viết không nhất thiết phải trung thành với lịch sử, tiểu sử, hay các sự kiện khách quan, nhưng các kết luận mà tác giả hướng tới đều phải có tính thuyết phục. Kỹ thuật nhân vật hóa của nhà tiểu thuyết đòi hỏi anh ta có khả năng mang người đọc vào sâu trong tâm hồn nhân vật, nhìn thấy thế giới và các động cơ của họ từ bên trong.

Cuối cùng động lực của nhân vật minh và diệm, ánh và huệ là gì? Vì sao họ hành xử và nói năng như thế, ở một thế giới khác? Vì họ muốn chứng minh là mình đúng, hay vì họ thực tâm muốn đi tìm sự công bằng, sự giải thích đối với các sự kiện? tự biện hộ hay tìm chân lý? Tôi tin rằng chúng cũng là các ý định của tác giả, mặc dù không ai có thể chứng minh các ý định này. Có một nhu cầu ở người viết và người đọc, và lý do của những nhu cầu ấy. Chúng ta đọc tiểu thuyết để giải trí, đọc vì cái đẹp, đọc để mở rộng nhận thức. Trước khi tôi tìm thấy câu trả lời về các hành động trong quá khứ, tôi muốn lắng nghe câu chuyện được kể lại. Tôi là người muốn biết điều gì đã xảy ra trong lịch sử, trên bản tin nhật báo, nhưng tôi còn muốn biết điều gì đã xảy ra trong tâm hồn các nhân vật lịch sử ấy. Đó là câu hỏi của Nguyễn Viện. Trong hai tác phẩm này, không có nhân vật chính diện và phản diện, kẻ thắng và người bại, họ đã thoát khỏi cõi trần gian tạm bợ, mặc dù chưa chắc đã được lên thiên đường. Đó là âm phủ, coi bộ nhàn nhã hơn cách mà tôi hình dung về nơi ấy. Có Bastos xanh khói vờn khét lẹt và Phillip Moris thơm ngát hoang đàng thì coi ra sống ở đó cũng không đến nỗi nào.

Cuốn tiểu thuyết này mang chúng ta tới gần các nhân vật, phía sau sân khấu, các động lực tâm hồn có tính cá nhân, và nhờ đó tìm cách giải thích lịch sử. Anh hùng, gian hùng, kẻ có công, người có tội, người có thật, người ngụy tạo, những bản ngã bị bóp méo, tất cả nằm sâu trong đối thoại của Nguyễn Viện.

Mỗi người đến thế giới này như một kẻ xa lạ, không phải vì họ xa lạ mà bởi vì họ được nhìn bởi người khác, trong đó có các nhà văn, như kẻ xa lạ. Bi kịch của con người là ở chỗ họ quá khác nhau, ở các học thuyết và các niềm tin, ở các quyết định và hành động, nhưng sâu thẳm họ giống nhau khi rắp tâm đi tìm sự thật cuối cùng. Không có công lý và sự thật phổ biến cho mọi trường hợp, và con người luôn luôn chọn đứng về một phía, và đó là bi kịch và hài kịch của họ. Những xung đột giữa người và người, giữa các quốc gia, các chủ nghĩa, đỉnh cao là chiến tranh, ở mức cá nhân là hận thù, những xung đột ấy chỉ có hy vọng hóa giải khi con người nhìn thấy sự thật phía sau câu chuyện lịch sử, những động cơ tâm hồn bên dưới sự thật. Sự hiểu biết ấy, và sự vui thú sinh ra từ hiểu biết ấy, làm nên sức hấp dẫn của tiểu thuyết.

Cả hai tiểu thuyết này của Nguyễn Viện không chỉ nói về những người đã chết, mà còn có cả những người đang thao túng thế giới. Những người nổi tiếng về một mặt nào đó, hoặc của dân tộc hoặc của nhân loại. Họ đều bị ám ảnh bởi quá khứ và đều muốn tìm cách nhận thức lại về chúng, thậm chí thoát khỏi chúng. Những quan sát của anh sắc bén, và trong một ngôn ngữ đẹp, giản dị, tinh tế, dí dỏm, tôi thiết nghĩ anh đã thành công trong việc đánh thức ý thức lịch sử và xúc cảm cá nhân nơi người đọc.

9/2024

NGUYỄN VIỆN

Tên khai sinh: NGUYỄN VĂN VIỆN

Sinh ngày: 1.2.1949 tại Đồng Xá, Hải Dương.

Hiện sống và viết tại Saigon.

Chủ trương: Nhà xuất bản Cửa.

Từng làm việc tại các báo:

Thanh Niên, Gia Đình và Xã Hội, Thể Thao và Văn Hóa, Đẹp, Saigon City Life...

Tác phẩm đã xuất bản:

- ***Trinh nữ (tập truyện).*** Nhà xuất bản Đồng Nai, 1995. Việt Nam.

• ***Bố mẹ và con và... (tạp bút).*** Nhà xuất bản Trẻ 1997. Việt Nam.

• ***Hạt cát mang bóng đêm (tiểu thuyết).*** Nhà xuất bản Trẻ 1998. Việt Nam.

• ***Rồng và Rắn (tiểu thuyết) gồm bốn tác phẩm: Thời của những tiên tri giả, Đâm sừng vào bóng tối, Người dẫn đường đã tới, Rồng và Rắn.*** Tổ hợp xuất bản Miền Đông Hoa Kỳ, 2002. Hoa Kỳ. NXB Giấy Vụn, 2016. (Phát hành trên Amazon).

• ***Thời của những tiên tri giả (tiểu thuyết).*** Nhà xuất bản Công An Nhân dân, 2003. Việt Nam. [Sau khi phát hành đã bị thu hồi].

• ***Chữ dưới chân tường (tiểu thuyết).*** Nhà xuất bản Văn Mới, 2004. Hoa Kỳ. NXB Giấy Vụn, 2016. (Phát hành trên Amazon).

- ***26 Lần Tờ Bờ Lờ (tiểu thuyết).*** Nhà xuất bản CỬA, 2008. Việt Nam. NXB Giấy Vụn, 2016. (Phát hành trên Amazon).

- ***Cơn bấn loạn bằng phẳng (tiểu thuyết).*** Nhà xuất bản CỬA, 2008. Việt Nam. NXB Giấy Vụn, 2016. (Phát hành trên Amazon với tựa mới Cơn bấn loạn dưới đất).

- ***Em có gì bí mật, hãy mail cho anh [đã phổ biến trên Tiền Vệ] (tiểu thuyết).*** Nhà xuất bản CỬA, 2008. Việt Nam.

- ***Nín thở & chạy & một hơi (thơ).*** Nhà xuất bản CỬA, 2008. Việt Nam.

- ***Đi & Đến (tập truyện).*** Nhà xuất bản CỬA, 2009. Việt Nam. NXB Giấy Vụn, 2016. (Phát hành trên Amazon với tựa mới Đi tới cuối đường).

- ***Ngồi bên lề rất trái (truyện & kịch).*** Nhà xuất

bản CỬA, 2011. Việt Nam.

- ***Nhảy múa để chết (tiểu thuyết).*** Nhà xuất bản Tiếng Quê Hương, 2013. Hoa Kỳ.

- ***Đĩ thúi (tiểu thuyết).*** Nhà xuất bản CỬA, 2013. Việt Nam.

- ***Đĩ thúi & phần còn lại ở cõi chết (tiểu thuyết).*** Nhà xuất bản Chương Văn, 2015. Hoa Kỳ.

- ***Em có gì bí mật, hãy mail cho anh [phiên bản mới] (tiểu thuyết).*** Nhà xuất bản Sống, 2015. Hoa Kỳ.

- ***Ma và người (tiểu thuyết).*** NXB Tiếng Quê Hương, 2018. Hoa Kỳ.

- ***Trong hàng rào kẽm gai, tôi thở (thơ).*** NXB Nhân Ảnh, 2018. Hoa Kỳ.

- ***Thần thánh không biết bơi (tiểu thuyết).*** NXB Mở Nguồn, 2019. Hoa Kỳ.

- ***Nu na nu nống xứ Mêman (truyện cổ tích mới)*** 2023. NXB Cửa, Việt Nam. NXB Nhân Ảnh 2024, Canada.

- ***Thảo mai trên dốc gió (tiểu thuyết).*** NXB Mõm Vuông, 2021. NXB Nhân Ảnh 2024, Canada.

- ***Cõi người ở lại (tập truyện).*** NXB Cửa, 2023, Việt Nam. NXB Nhân Ảnh 2024, Canada.

- ***Ở phía đông âm phủ (truyện kịch).*** NXB Tiếng Quê Hương, 2024. Hoa Kỳ.

www.ingramcontent.com/pod-product-compliance
Lightning Source LLC
LaVergne TN
LVHW041708060526
838201LV00043B/633